காதல் கடிதம்

● அன்பார்ந்த வாசகருக்கு,

வணக்கம்.

காலச்சுவடு நூலை வாங்கியமைக்கு நன்றி.

நூலின் உள்ளடக்கம், உருவாக்கம், அட்டைப்படம் இன்ன பிற அம்சங்கள் பற்றிய உங்கள் கருத்துகளையும் ஆலோசனைகளையும் காலச்சுவடு வரவேற்கிறது. தகவல், எழுத்து, வாக்கியப் பிழைகள் தென்பட்டால் அவசியம் தெரிவித்து உதவுங்கள். நூல் தயாரிப்பில் கடும் குறைபாடு இருப்பின் மாற்றுப் பிரதி உங்களுக்குக் கிடைக்கக் காலச்சுவடு ஏற்பாடு செய்யும்.

மின்னஞ்சல்: **publisher@kalachuvadu.com**

காலச்சுவடு நாகர்கோவில் அலுவலகத்திற்குக் கடிதம் அனுப்பலாம்.

தங்கள்
எஸ்.ஆர். சுந்தரம் *(கண்ணன்)*
பதிப்பாளர் – நிர்வாக இயக்குநர்

Unauthorised use of the contents of this published book, whether in e-book or hardcopy format, for any type of Artificial Intelligence (AI) training — including but not limited to Machine Learning, Deep Learning, Natural Language Processing, Computer Vision, Chatbot Training, Image Recognition Systems, Recommendation Engines, and Language Models — is strictly prohibited without prior licensing from the publisher. Any such unauthorised use may result in legal action.

காதல் கடிதம்
வைக்கம் முகம்மது பஷீர் (1908 – 1994)

1908 ஜனவரி 19ஆம் தேதி கேரளா வைக்கம் தாலுகாவில் தலையோலப் பரம்பில் பிறந்தார். பத்தாம் வகுப்பு படிக்கும் போது வீட்டைவிட்டு ஓடி, இந்திய தேசியக் காங்கிரஸில் சேர்ந்து உப்பு சத்தியாக்கிரகத்தில் கலந்துகொண்டார். சுதந்திரப் போராட்ட வீரராக சென்னை, கோழிக்கோடு, கோட்டயம், கொல்லம், திருவனந்தபுரம் சிறைகளில் தண்டனை அனுபவித்தார். பகத்சிங் பாணியிலான தீவிரவாத அமைப்பொன்றை உருவாக்கிச் செயல்பட்டார். அமைப்பின் கொள்கை இதழாக *உஜ்ஜீவனம்* வார இதழையும் தொடங்கினார். பத்தாண்டுகள் இந்தியாவெங்கும் தேசாந்திரியாகத் திரிந்தார். பிறகு ஆப்பிரிக்காவிலும் அரேபியாவிலும் சுற்றினார். இக்காலகட்டத்தில் பஷீர் செய்யாத வேலைகளே இல்லை. ஐந்தாறு வருடங்கள் இமயமலைச் சரிவுகளிலும் கங்கையாற்றின் கரைகளிலும் இந்து துறவியாகவும் இஸ்லாமிய சூஃபியாகவும் வாழ்ந்தார். சுதந்திரப் போராட்ட வீரர்களுக்கான மத்திய, மாநில அரசுகளின் ஓய்வூதியம், சிறப்பு நல்கை, இந்திய அரசின் பத்மஸ்ரீ விருது, கோழிக்கோடு பல்கலைக்கழகத்தின் டி.லிட்., சம்ஸ்கார தீபம் விருது, பிரேம் நசீர் விருது, லலிதாம்பிகா அந்தர்ஜனம் விருது, முட்டத்து வர்க்கி விருது, வள்ளத்தோள் விருது, ஜித்தா அரங்கு விருது போன்ற பல்வேறு விருதுகள் பெற்றவர்.

1994 ஜூலை 5ஆம் தேதி காலமானார்.

மனைவி: ஃபாபி பஷீர்
மக்கள் : ஷாஹினா, அனீஸ் பஷீர்.

சுகுமாரன்

மொழிபெயர்ப்பாளர்

கோவையில் பிறந்தவர். அச்சிதழ், தொலைக்காட்சி, நூல் வெளியீட்டுத் துறைகளில் பணியாற்றியவர். கவிஞர், கட்டுரையாளர், நாவலாசிரியர், மொழிபெயர்ப்பாளர். *காலச்சுவடு* இதழின் பொறுப்பாசிரியர். கனடா தமிழ் இலக்கியத் தோட்டம், கோவை கொடீசியா அமைப்பு ஆகியவற்றின் வாழ்நாள் சாதனையாளருக்கான இயல் விருது, புத்தகத் திருவிழா விருதுகளை 2016, 2023ஆம் ஆண்டுகளில் பெற்றார்.

தொடர்புக்கு: nsukumaran@gmail.com

வைக்கம் முகம்மது பஷீர்

காதல் கடிதம்

மலையாளத்திலிருந்து தமிழில்
சுகுமாரன்

காலச்சுவடு பதிப்பகம்

காதல் கடிதம் ♦ நாவல் ♦ ஆசிரியர்: வைக்கம் முகம்மது பஷீர் ♦ மலையாளத்திலிருந்து தமிழில்: சுகுமாரன் ♦ © ஷாஹினா, அனீஸ் பஷீர் ♦ முதல் பதிப்பு: மே 2016, பத்தாம் பதிப்பு: ஆகஸ்ட் 2025 ♦ வெளியீடு: காலச்சுவடு பப்ளிகேஷன்ஸ் (பி) லிட்., 669, கே.பி. சாலை, நாகர்கோவில் 629001

kaatal kaTitam ♦ Novel ♦ Author: Vaikom Mohamed Basheer ♦ Translated from Malayalam by: Sukumaran ♦ © Shahina, Anees Basheer ♦ Language: Tamil ♦ First Edition: May 2016, Tenth Edition: August 2025 ♦ Size: Crown ♦ Paper: 18.6 kg maplitho ♦ Pages: 80

Published by Kalachuvadu Publications Pvt. Ltd., 669 K.P. Road, Nagercoil 629001, India ♦ Phone: 91-4652-278525 ♦ e-mail: publications@kalachuvadu.com ♦ Line Drawings: Anantha Padmanabhan ♦ Printed at Adyar Students xerox Pvt. Ltd., No. 275 Habibullah Road, Triplicane high Road, Opp Triplicane Post Office, Triplicane, Chennai 600005

ISBN: 978-93-5244-021-4

08/2025/S.No. 616, kcp 5964, 18.6 (10) uss

முன்னுரை

பஷீரின் ஆகாச மிட்டாய்

> "வேடிக்கை வாழ்க்கையின் நறுமணமாகிறது. பரவாயில்லையே. வேடிக்கையே வாழ்க்கையின் நறுமணம்."

இலக்கியத்தின் வெவ்வேறு பிரிவுகளைச் சார்ந்து ஆக மொத்தம் முப்பத்தெட்டு புத்தகங்களை வைக்கம் முகம்மது பஷீர் அளித்திருப்பதாக அவரது நூல் விவரப்பட்டியல் உறுதிப்படுத்துகிறது. அவற்றில் முதன்மையானவை அவரின் புனைவெழுத்துகளே. கதைகளும் நாவல்களும். நூற்றுச் சொச்சம் கதைகள். பன்னிரண்டு நாவல்கள். மூன்று தொடர்கதைகள். இந்த வகைமைகளில் பஷீர் எழுதியவை தனித்துவமானவை. அவரது சிறுகதைகளைப் போலவும் நாவல்களைப் போலவும் அவருக்கு முன்பு எழுதப்பட்டிருக்கவில்லை.

மலையாளத்தில் சிறுகதை, நாவல் ஆகிய இரண்டு வடிவங்களும் அறிமுகமான சில பதிற்றாண்டுகளுக்குப் பின்னர் எழுத வந்தவர் பஷீர். அவரின் வருகைக்கு முன்புவரை ஆரம்ப காலச் சிறுகதைகளின் வடிவங்களிலேயே

சிறுகதைகள் எழுதப்பட்டுக்கொண்டிருந்தன. முதல் நாவலை அடியொற்றியே நாவல்கள் எழுதப்பட்டன. தனக்கு முன்பிருந்த இந்தப் புனைவெழுத்து வடிவங்களைக் கடந்தவையாகவே அல்லது மீறியவையாகவே பஷீர் தன் சிறுகதைகளையும் நாவல்களையும் முன்வைத்தார். அவருடைய படைப்பு வடிவங்களுக்கு அவரே முன்னோடியும் தொடர்ச்சியும். 'மதில்கள்' நாவலில் 'நானே பூங்காவனமும் பூவும்' என்று சொல்லுவது அவரின் படைப்புச் செயல்பாட்டுக்கும் பொருந்தும்.

சிறுகதை, நாவல் ஆகியவற்றுக்கு அன்று வாய்த்திருந்த உருவங்களுடனோ இன்று நடைமுறையில் இருக்கும் உருவங்களுடனோ பஷீரின் ஆக்கங்களுக்கு ஒற்றுமையில்லை. அவை பஷீரின் 'தான்தோன்றித்தன'மான வடிவங்கள். இலக்கிய வழக்கை ஒட்டியே அவை சிறுகதைகள் என்றோ நாவல்கள் என்றோ பகுக்கப்படுகின்றன; அல்லது வகைப்படுத்தும் வசதிக்காகவே அப்படிச் சொல்லப்படுகின்றன. குறிப்பாக, நாவல்கள். அவரது சமகாலத்து நாவல்களையும் இன்றைய நாவல்களையும் ஒப்பிட்டால் பஷீருடையவை நாவல்களே அல்ல. தான் எழுதுவது கதையல்ல, சரித்திரம் என்றே பஷீர் குறிப்பிட்டு வந்தார். தன்னை எழுத்தாளனாக அல்ல சரித்திரக்காரனாகவே அறிமுகப்படுத்திக்கொள்ளவும் செய்தார். சில சமயங்களில், சில பக்கங்களில் சுருக்கமான வரலாறு. அதுவே சிறுகதை. சில சமயம் அதிகப் பக்கங்களில் நீளும் சரித்திரம். அதுவே நாவல். 'பாத்துமாவின் ஆடு' நாவலைத் தவிர பிற படைப்புகள் எதுவும் நூறு பக்கங்களைத் தாண்டாதவை. பெரும்பாலானவை முப்பது பக்கங்களுக்கு மிகாதவை. இவற்றை நாவல்கள் என்று அழைப்பது உயர்வு நவிற்சி மட்டுமே. உண்மையில் இன்றைய இலக்கிய அளவுகோலின்படி இவை அனைத்தும் நீண்ட சிறுகதைகள் என்றே சொல்லப்பட வேண்டியவை; அப்படித்தான் அவை சொல்லப்பட்டுமிருக்கின்றன. 'மூணுசீட்டு விளையாட்டுக்காரனின் மகள்', 'ஆனைவாரியும் பொன்குருசும்', 'உலகப் புகழ்பெற்ற மூக்கு' ஆகியவை தொடர்கதைகளாக வெளியானவை. வார இதழ்களில் இரண்டு முதல் நான்கு

வாரத் தவணைகளாக நீண்ட சிறுகதைகள் என்ற தலைப்பின் கீழ்தான் வெளிவந்திருக்கின்றன. இதன்மூலம் மலையாள இதழியலில் தொடர்கதை என்ற வகைமைக்குத் தொடக்க மிட்ட பெருமையும் பஷீருக்கு உரியதாகிறது.

தன் படைப்புகள் பக்க அளவில் சிறியதாக இருப்பதன் காரணங்களை பஷீரே விளக்கியிருக்கிறார். ஆரம்பக் காலத்தில் தனது படைப்புகளைத் தானே அச்சிட்டுப் புத்தக மாக்கினார். அதை அவரே சுமந்துசென்று பேருந்து நிலையங்களிலும் ரயில் நிலையங்களிலும் விற்பனை செய்தார். ‘புத்தகத்தின் விலை ஓரணாவுக்குள் இருக்க வேண்டும் என்பதில் உறுதியாக இருந்தேன். அந்தத் தொகையின் மதிப்புக்குரிய புத்தகத்தைத்தான் கொடுக்க வேண்டும் என்றால் பக்கங்கள் குறைவாக இருக்கவேண்டும். பக்கம் கூடினால் விலையும் கூடுமே? அதிக பக்கமுள்ள புத்தகத்தை அதிக விலை வைத்து அச்சிட எனக்கும் வசதியில்லை. இது ஒரு காரணம். குறைவான பக்கமுள்ள புத்தகமாக இருந்தால் வாங்குபவர் பஸ்ஸுக்கோ ரயிலுக்கோ காத்திருக்கும் நேரத்தில் அதை வாசித்து முடித்துவிடுவார். அவரிடமிருந்து அதே புத்தகத்தைப் பாதி விலைக்கு வாங்கி மறுபடியும் இன்னொருவரிடம் முழு விலைக்கு விற்றுவிடுவேன். இந்த வியாபார உத்திதான் இரண்டாவது காரணம்’ என்று விளக்கியிருக்கிறார் பஷீர். இது புறக் காரணம். அவரது படைப்பாக்க முறையே இந்தக் குறுவடிவங்களுக்குக் காரணம். இன்று வாசிக்கக் கிடைக்கும் பஷீர் படைப்புகள் பலவும் எளிதான தோற்றம் கொண்டவை; சரளமானவை; ஒரே வீச்சில் எழுதி முடித்தவைபோல் தெரிபவை. ஆனால் உண்மையில் அவை அனைத்தும் பலமுறை திருத்தியும் மாற்றியும் எழுதப்பட்டவை. பிரயத்தனப்பட்டு சிடுக்குகள் களையப்பட்டவை. அதன்மூலம் எளிமையான வடிவத்தை எட்டியவை. பஷீரின் செய்நேர்த்தியை இப்படி விளக்கலாம்: பிற எழுத்தாளர்கள் தமது படைப்பு மையத்துக்கு அனுபவத்தின் ஏதுக்களைச் சேர்த்தபோது பஷீர் படைப்புக்காகத் திரட்டி யிருந்த கூறுகளை நீக்குவதில் கவனமாக இருந்தார்.

ஏற்கெனவே செதுக்கி முடிக்கப்பட்ட சிலையிலிருந்து தேவையற்ற பகுதிகளை நீக்குவது போன்றது பஷீரின் செய்நேர்த்தி. பஷீரின் நாவல்களைப் பொறுத்தவரை இந்த வடிவச் சிக்கனமும் செய்நேர்த்தியும் முதன்முதலில் துலக்கமாக வெளிப்பட்டது 'காதல் கடிதம்' (பிரேம லேகனம்) நாவலில்தான்.

பஷீர் நாவல்களில் ஆகச் சிறியது 'காதல் கடிதம்'. பஷீர் நாவல்களின் பிரத்தியேக இலக்கணத்துடன் பொருந்தும் முதல் நாவலும் இதுவே. பஷீர் எழுதிய முதல் நாவல் 'ஜீவித நிழல்பாடுகள்'. நாவலாகவே எழுதி முழுமையாக்கப்பட்ட படைப்பு. எனினும் நவஜீவன் வார இதழில் தொடராகவே வெளியிடப்பட்டது. பஷீர் நாவலுக்குரிய குணங்கள் எதுவும் இல்லாத வெறும் கதை இது. அதனாலேயே 1939இல் எழுதி வெளியான நாவல் பதினைந்து ஆண்டுகளுக்குப் பின்னர் 1954இல்தான் புத்தக வடிவம் பெற்றது.

ஆனால் அன்றைய எழுத்தாளர்கள் கையாளத் தயங்கிய கதை மையத்தைப் பஷீர் துணிச்சலாக எடுத்துக்கொண்டார் என்பதே இந்த நாவலை முக்கியமானதாக்குகிறது. கதாநாயகன் முகம்மது அப்பாஸ் வேலைதேடி அலைகிறான். அந்தச் சந்தர்ப்பத்தில் வசந்தகுமாரி என்ற இளம் பெண்ணைச் சந்திக்கிறான். விபச்சாரத்தில் ஈடுபட்டிருப்பவள் என்று தெரிந்ததும் அவள்மேல் அருவருப்புக்கொண்டு விலகுகிறான். வேலை கிடைத்து வாழ்க்கை நிலைப்படத் தொடங்கிய தருணத்தில் அவனுக்கு வசந்தகுமாரியின் நினைவு வருகிறது. அவளுடைய காதல் மிளிரும் கண்கள் அவனை ஓயாமல் பின்தொடர்கின்றன. நண்பன் ஜப்பாரின் உதவியுடன் அவளைத் தேடிக் கண்டுபிடிக்கிறான். அதுவரை அவனுக்காகவே காத்திருந்த வசந்தகுமாரியுடன் இணைகிறான். இதுவே நாவலின் கதை. இன்றைய வாசிப்பில் இந்தக் கதைக்கு எந்தப் புதுமையும் ஈர்ப்பும் இல்லை. ஆனால் இரண்டு காரணங்களுக்காகவே அன்று

வரவேற்புப் பெற்றது. ஒரு இளைஞன் பாலியல் தொழிலாளி ஒருத்தியைத் திருமணம் செய்துகொள்வதும் முஸ்லிம் இளைஞன் இந்துப் பெண்ணை மணந்துகொள்வதும் அன்று நடைமுறையை மீறிய ஒன்றாக இருந்தது. அந்த மீறலுக்காகவே நாவல் வரவேற்கப்பட்டது.

'காதல் கடிதம்' பஷீர் எழுதிய இரண்டாவது நாவல். ஆனால் புத்தகமாக வெளிவந்த அவரது முதல் நாவல் இதுவே. திருவனந்தபுரம் மத்தியச் சிறையில் கைதியாக அடைபட்டிருந்த நாட்களில் சக கைதிகளுக்கு வாசித்துக் காண்பிப்பதற்காக பஷீர் எழுதிய 'வேடிக்கைக் கதை' இது. மூன்று ஆண்டுகளுக்குப் பின்பு 1943இல் புத்தகமாக வெளியாகி. மிகுந்த வரவேற்பைப் பெற்றது.

கேசவன் நாயர் என்ற இந்து இளைஞன் சாராம்மா என்ற கிறித்துவ இளம்பெண்ணைக் காதலிப்பதே கதையின் மையம். இறுதிப் பகுதிவரை கேசவன்நாயரின் காதலைப் பரிகசித்துக்கொண்டேயிருக்கும் சாராம்மா கடைசியில்தான் அவன்மீதான அன்பை வெளிக்காட்டுகிறாள். அதுவரை அவனைக் கோல்முனைக் குரங்காக ஆட்டிவைக்கிறாள். ஒரு கட்டத்தில் தலைகீழாகவே நிற்கச்செய்கிறாள். ஒரு நாயர் பையன் நஸ்ராணிப் பெண்ணின் பின்னால் திரிவதும் அவள் அவனை ஆட்டிவைப்பதும் தங்கள் இனத்தை அவமதிப்பது என்று நாயர் சமூக அமைப்பான என்.எஸ்.எஸ். (நாயர் சர்வீஸ் சொசைட்டி) களமிறங்கியது. அன்றைய திருவிதாங்கூர் சமஸ்தான அரசு புத்தகத்துக்குத் தடை விதித்தது. 'இது ஒரு கலைப்படைப்பு. ஒரு தமாஷான கதை. இதன் நோக்கம் வாசிப்பவர்களுக்கு மகிழ்ச்சியளிப்பது மட்டுமே. நாயர்களை இழிவுபடுத்துவது அல்ல' என்று பஷீர் பதில் அறிக்கை வெளியிட நேர்ந்தது.

எளிய வேடிக்கைக் கதைதான் 'காதல் கடிதம்'. ஆனால் ஒருவகையில் பிற்கால பஷீர் நாவல்களுக்கு முன்னோடி யானது. பிந்தைய நாவல்களின் பஷீரின் எழுத்தியல்பாகக்

காணும் பல அம்சங்களை இந்த முதல் நாவல் கொண்டிருக்கிறது. எளிமையான கதையோட்டம். நேரடியான மொழி. பஷீரே உருவாக்கிய பிரத்தியேகமான சொற்கள். ஒலிக் குறிப்புகள். அசட்டுப் புத்திசாலிகளான ஆண்கள். அதிசாமர்த்தியமான பெண்கள். தன்னைத் தானே எள்ளலுக்கு ஆட்படுத்திக்கொள்ளும் போக்கு. சாதாரணமானதாகத் தென்படும் தருணங்களில் ஒளிந்திருக்கும் அசாதாரணமான திருப்பங்கள். இந்த பஷீரிய இயல்புகள் முதன்முதல் வெளிப்படும் நாவல் 'காதல் கடிதம்'. எழுதி ஏழு பதிற்றாண்டுகள் ஆன பின்னும் இந்தப் படைப்பு அதன் உயிர்ப்பும் ஒளியும் குன்றாமல் வாழ்கிறது என்பது இதைப் புனரெழுத்தாக்கும் தருணத்தில் அலாதியான மகிழ்ச்சியுடன் உணர முடிந்தது. மலையாள நவீனத்துவ எழுத்தின் ஆரம்ப அடையாளம் வைக்கம் முகம்மது பஷீரிடமிருந்துதான் புலப்படத் தொடங்கியது என்ற விமர்சன மதிப்பீட்டையும் உறுதிப் படுத்திக்கொள்ள முடிந்தது. அந்த மகிழ்ச்சியையும் இலக்கிய மதிப்பையும் பஷீரைத் தமிழில் நேசிக்கும் வாசகர்களுடன் பகிர்ந்துகொள்கிறேன்.

மலையாளத்திலிருந்து தமிழுக்கு அதிகம் மொழிபெயர்க்கப் பட்டிருக்கும் எழுத்தாளர் பஷீர். வெவ்வேறு காலங்களில், வெவ்வேறு மொழிபெயர்ப்பாளர்கள் அவருடைய படைப்புகளைத் தமிழாக்கம் செய்திருக்கிறார்கள். 'காதல் கடிதம்' என்ற இந்த நாவலும் முன்பு மொழிபெயர்க்கப் பட்டிருக்கிறது. இதற்கு இரண்டுக்கும் மேற்பட்ட தமிழ் வடிவங்கள் இருக்கின்றன என்பது என் ஊகம். வையவன் மொழிபெயர்ப்பில் வெளியான இதே கதையைப் பல ஆண்டுகளுக்கு முன்பு வாசித்த நினைவு இருக்கிறது. அதன் வெளியீட்டு விவரங்கள் நினைவில் இல்லை. எனினும், இந்தப் புது மொழிபெயர்ப்பு.

வைக்கம் முகம்மது பஷீரின் ஏறத்தாழ முக்கால்வாசிப் படைப்புகள் இன்று தமிழில் வாசிக்கக் கிடைக்கின்றன. பஷீரின்

கதை மொழியும் களமும் தமிழ் வாசகனுக்கு அறிமுகமாகி இருப்பவை. இந்த அறிமுகத்தை சலுகையாகக் கொண்டே 'காதல் கடித'த்தின் தமிழாக்கத்தை மேற்கொண்டிருக்கிறேன். அவரே உருவாக்கிய சொற் சேர்க்கைகள், ஒலிகள், எழுதப்பட்ட காலத்தைச் சுட்டிக்காட்டும் வார்த்தைகளை எடுத்தாண்டு, கூடுமானவரை அவரின் மலையாள நடையை நெருங்கி வரக்கூடிய தமிழ் நடையையே கையாண்டிருக்கிறேன்.

வைக்கம் முகம்மது பஷீரின் கதைகளை மூலமாகக் கொண்டு நாடகச் செயல்பாட்டாளர் ராஜீவ் கிருஷ்ணன் சில ஆங்கில நாடகங்களை மேடையேற்றியிருக்கிறார். பெர்ச் குழுவின் சார்பாக அவர் நெறியாள்கை செய்த நாடகம் 'லவ் லெட்டர் அண்ட் ஸ்கை டாஃபி'. 'காதல் கடிதம்' நாவலை ஆதாரமாகக் கொண்டு நிகழ்த்தப்பட்ட இந்த நாடகக் காட்சியே இந்த நூலுக்கு முகப்பாக வெளிவர வேண்டுமென்று விரும்பினேன். ராஜீவ் கிருஷ்ணன் விருப்பத்தை நிறைவேற்றினார். அவருக்கும் புகைப்படக் கலைஞர் அஸ்வின் விஸ்ஸாவுக்கும் நன்றி. கோட்டோவியங்களை வரைந்தளித்த ஓவியர் அனந்த பத்மனாபனுக்கும் பிரதியை அச்சுக்குத் தயார் செய்ததுடன் முகப்பையும் வடிவமைத்த கலாவுக்கும் பிரத்தியேக நன்றிகள்.

திருவனந்தபுரம்
27 பிப்ரவரி 2016

சுகுமாரன்

ஒன்று

பிரியப்பட்ட சாராம்மா,

வாழ்க்கை, இளமைச் சூட்டுடனும் இதயம், காதலின் அழகுமணத்துடனும் இருக்கும் இந்தக் கிடைத்தற்கரிய கால கட்டத்தை என் அன்புத் தோழியே எப்படிச் செலவிடுகிறாய்?

நானோ என் வாழ்க்கையின் ஒவ்வொரு நொடியையும் சாராம்மா மீதுள்ள காதலில் கழிக்கிறேன். சாராம்மா என்ன செய்கிறாய்?

ஆழமாக யோசித்து இனிமை நிறைந்த பதிலால் என்னை அனுக்கிரகிக்கும்படி வேண்டிக்கொண்டு,

சாராம்மாவின்
கேசவன்நாயர்

என்று ஒரே மூச்சில் எழுதிவிட்டு கேசவன்நாயர் சட்டென்று திரும்பிப் பார்த்தான். அவனுக்குப் பின்னால் சாராம்மா நிற்பது போன்ற பரவசம். சும்மா ஒரு தோற்றம்தான். அவன் கடிதத்தைப் படித்தான். கவிதையிருக்கிறது. தத்துவ ஞானமிருக்கிறது. மிஸ்டிஸிசமும் இருக்கிறது. ஏன், கேசவன்நாயரின் இதயத்தின் மகா ரகசியம் முழுவதும் இருக்கிறதே? கடிதம் எதிர்பார்த்ததைவிடவும் நன்றாக வந்திருக்கிறது. அதை நான்காக மடித்துப் பாக்கெட்டில் வைத்தான். வங்கியைவிட்டு இறங்கித் தெருவில் நடந்தான். அப்போது ஒரு யோசனை: கடிதத்தைக் கொடுத்தால் சாராம்மா படித்துவிட்டுக் கேலி செய்வாளா? இல்லை பதில் தருவாளா? அப்படியானால் அவளுடைய பதில் என்னவாக இருக்கும்?

சாராம்மாவின் சுபாவத்துக்குக் கேலிதான் முன்னால் வந்து நிற்கும். முன்பு நடந்த ஒரு சம்பவத்தை நினைத்துப் பார்த்தான். சாராம்மாவுடன் சுவாரசியமாகப் பேசிக் கொண்டிருந்தான் வேடிக்கைகள் பெண்களைப் பற்றியதாக இருந்தன. 'பெண்கள் கடவுளின் உன்னதமான படைப்பு' என்று யாரோ ஒரு மகாகவி பாடியிருப்பதாக சாராம்மா சொன்னாள். கேசவன்நாயருக்குச் சிரிப்பு வந்தது. 'பெண்களின் தலைக்குள்ளே நிலாவெளிச்சம் மட்டும் தான்' என்றான். உதாரணமாக, ஏழு திருமணங்கள் செய்து கொண்ட ஒரு கனவானின் அனுபவக் கதையையும் கேசவன் நாயர் சொன்னான். அந்தக் கனவானின் வாழ்க்கைத் தோழி ஏதோ தேவைக்காக ஏறிய ஏணிப்படியிலிருந்து

தலைகுப்புறக் கருங்கல் திண்ணையில் விழுந்தாள். அவளை ஆஸ்பத்திரிக்குக் கொண்டுபோய்ச் சேர்த்துவிட்டுத் திரும்பிய கணவன் பிரம்மச்சாரி நண்பர்களிடம் செய்தியைச் சொல்லிக்கொண்டிருந்தான்.

'விபத்து அவ்வளவு பயங்கரமொண்ணுமில்லை.'

'தலை உடைந்து திறந்துகிட்டதாச் சொன்னாங்களே?'

'அது சரிதான்.'

'மூளையைப் பார்க்க முடிஞ்சுதா?'

'ஹே!' – ஏழு பெண்களை நெருக்கமாக அறிந்திருந்த அந்தக் கனவான் நித்திய பிரம்மச்சாரியிடம் சொல்கிறான். 'தலை உடைந்து திறந்துட்டாக்கூட மூளையை எங்கே பார்க்க? – பெண்ணில்லையா?'

'அதிலிருந்து நான் ஊகிப்பது பெண்களின் தலைக்குள்ளே இருப்பது நிலாவெளிச்சம் மட்டும்தான் என்பதே' என்று கேசவன்நாயர் சாராம்மாவிடம் சொன்னான்.

அதைக் கேட்டு சாராம்மா அழுத்தமாகச் சிரிக்க மட்டுமே செய்தாள். அதற்குப் பிறகு அதைப் பற்றி சாராம்மா எதுவும் சொன்னதில்லை. இருந்தாலும் சாராம்மாவின் தலைக்குள்ளேயும் நிலாவெளிச்சம் மட்டும்தான் இருக்கிறது என்ற சூசிகை அவளைத் தீண்டியிருக்குமில்லையா? காதல் கடிதத்தைக் கொடுத்தால் சாராம்மா அதைப் படித்துவிட்டு நிலாவெளிச்சத்தைப் பற்றிச் சொல்லிக் கேலிசெய்வாளா? பெண்ணாயிற்றே? அதையெல்லாம் மறந்திருப்பாள். கேசவன்நாயர் அப்படியே யோசித்துக்கொண்டு ஓட்டலுக்குள் நுழைந்தான். காப்பி குடிக்க மனமில்லை. எனினும் அவன் ஒரு கப் காபியைக் குடித்து ஒரு சிகரெட்டையும் புகைத்து ஓட்டலிலேயே நீண்ட நேரம் உட்கார்ந்து யோசித்தான். காதல் கடிதம் கொடுத்தால் சாராம்மா இனிமைநிறைந்த பதில் கொடுப்பாளா அல்லது கேலி செய்வாளா? காதல் என்பது சாராம்மாவைத் தீண்டியதே இல்லை. லட்சம் தடவை

கேசவன்நாயர் முயன்றிருக்கிறான். ஆனால் காதலின் சென்ட் குப்பியை மெல்லத் திறக்க முற்படும்போதெல்லாம் அவள் மூக்கைப் பொத்திக்கொள்வாள். என்ன துர்வாடை? இப்போதெல்லாம் குளிப்பதில்லையா என்ற பாவனையில் அவளுடைய பார்வை இருக்கும். அவளை நேசிக்கவைக்க என்ன வழி?

காதல் பரவசனாக வசிப்பிடத்துக்குச் சென்று மேல்தளத்திலிருக்கும் தனது அறையைப் பார்த்ததும் – கேசவன்நாயர் திகைத்துப் பாதி வழியிலேயே நின்று விட்டான் – சாராம்மா.

அவள் கேசவன்நாயரின் அறை ஜன்னல்வழியாக மிக நீளமான கம்பை நுழைத்து உள்ளேயிருந்து எதையோ துழாவி எடுக்கும் மும்முரத்தில் ஆழ்ந்திருக்கிறாள்.

கேசவன்நாயர் மேலே ஏறிப் போகாமல் ஆச்சரியப் பட்டுக்கொண்டு கீழேயே நின்றான். சாராம்மா எதைத் திருடத் தொடங்குகிறாள்? பர்ஸ் என்றால் அது கேசவன்நாயரின் பாக்கெட்டிலேயே இருக்கிறது. ஏதாவது சட்டையோ வேட்டியோவாக இருக்குமா? இல்லை, ஏதாவது புத்தகமா? அப்படியென்றால் அவள் வாசிக்காத எந்தப் புத்தகம் அங்கே இருக்கிறது? 'இது தேவையே இல்லையே சாராம்மா, நான் சாராம்மாவை என் உயிரைவிட அதிகமாக நேசிக்கிறேனே. என்னிடம் கேட்டிருந்தால் – எதுவானாலும் எதுவானாலும் – நான் கொடுத்துவிடமாட்டேனா?' களவுப் பொருளுடன் அவள் இறங்கி வரும்போது சோக பாவத்துடன் சொல்லிவிட்டு 'தோ, பார், சாராம்மா, இது உனக்கு நான் எழுதிய காதல் கடிதம்', என்று அதைக் கொடுப்பேன். அவள் படித்துவிட்டுக் காதலை இப்படிக் கொன்றுவிட்டேனே என்று நினைத்து அழுவாள். அப்போது கேசவன்நாயர் அவளுக்கு ஆறுதல் சொல்வான்.

"ஓ, பரவாயில்லை சாராம்மா, எல்லாவற்றையும் நான் மன்னிக்கிறேன்."

அப்படியாக இதயம் இதயத்துடன் இணையும்... என்றெல்லாம் கற்பனை செய்துகொண்டு நிற்கும்போது, 'கீழே வந்து பம்மி நிற்கிறதை நான் பார்த்துட்டேன். பாங்க்கிலே கிளார்க்குகளுக்குச் சாயங்காலம் வரைக்கும் இன்னைக்கு வேலை இருந்திருக்கணும்' என்று மேலே யிருந்து வந்தது சாராம்மாவின் பங்கு.

'ஓ' கேசவன்நாயரின் ஆன்மா முனகியது. அவன் ஏணிப்படி வழியே மேலே ஏறிப் போனான்.

சாராம்மா வியர்த்திருந்தாள். புன்னகையுடன் சொன்னாள்; 'நான் இந்த வெட்டிவேலை தொடங்கி ஒரு மணி நேரமாச்சு. என்ன செய்து பார்த்தும் அது இந்தக் கம்பு முனையில் சிக்கவில்லை? என்னவானாலும் சரி, ஒரு திருட்டுச் சாவி செய்துவிடுவதாக நிச்சயம் பண்ணியிருக்கிறேன்.'

'நான் இல்லாதபோது என்னுடைய அறையைத் திறக்கறதுக்கா?'

அவள் ஜன சந்தடி நிரம்பிய ரோட்டைப் பார்த்துக் கொண்டு புன்னகைத்தாள்.

கேசவன்நாயர் கேட்டான். 'அது இருக்கட்டும். இந்தக் கம்பு முனையில் என்னமோ சிக்கலைன்னு சொன்னியே?'

'ஓ, அது என்னான்னு நான் சொல்லவேயில்லயா? கீழே வந்து பம்மி நின்னுகிட்டு என்ன யோசிச்சீங்க?'

'நான் யோசிச்சது...' கேசவன்நாயர் என்ன சொல்வான்? 'சாராம்மா என்னவோ எடுக்கறான்னு நினைச்சேன். கம்பால் துழாவி எதை எடுக்கப் பாத்தே?'

'ஸ்ரீமான் கேசவன்நாயருக்கு வந்த மாசிகையைத்தான். தபால் சிப்பாய் அதை ஜன்னல் வழியாகப் போடுறதை முன்னாலேயே பார்த்தேன். வேலை ஒண்ணுமில்லாம உட்கார்ந்து உட்கார்ந்து எனக்குச் சலிச்சுப்போச்சு.'

'அப்படியென்றால் மெல்ல என்னை நேசிக்கக் கூடாதா?' என்று நினைத்துக்கொண்டே கேசவன்நாயர் பாக்கெட்டிலிருந்து சாவிக்கொத்தை எடுத்தபிறகு காதல் கடிதத்தை எடுத்து இதயத்துடிப்புடன் சாராம்மாவிடம் கொடுத்தான் கொடுக்கும்போது கேசவன்நாயரின் கை லேசாக நடுங்கியது. சாராம்மா என்ன சொல்வாள்? அவள் காதல் கடிதத்தைப் படித்துவிட்டு அதைச் சுருட்டிக் கசக்கிக் கீழே எறிந்தாள். 'வேற விசேஷமொண்ணுமில்லையே?'

கேசவன்நாயருக்கு வியர்த்துப்போனது. அவன் எதுவும் பேசவில்லை. என்ன பேச? பெண்ணின் இதயக் கடினம். கடவுள் இதுகளையெல்லாம் எதற்காகப் படைத்தார்? அவன் அறையைத் திறந்து மாத இதழை எடுத்து சாராம்மாவின் கையில் கொடுத்துவிட்டுக் கோட்டைக் கழற்றி ஆணியில் தொங்கவிட்டான்.

சாராம்மா சூடான இனிப்பை விழுங்குவதுபோல மாசிகையின் உறையைக் கிழித்துப் பக்கங்களைப் புரட்டிப் புரட்டிப் பார்த்துக்கொண்டு நின்றாள்.

வெளிறலைக் காட்டிக்கொள்ளாமல், காதல் கடிதத்தைப் பொருட்படுத்தாததுபோல இதயத்தை இறுக்கமாக்கிக்கொண்டு ஒன்றும் நடக்காத தோரணையில் கேசவன்நாயர் கேட்டான்:

'அப்புறம் என்ன விசேஷம் சாராம்மா? இன்னைக்கு சித்தியோட சண்டை போடலியா?'

சுருட்டி எறிந்த காதல் கடிதத்தை மறந்துவிட்டாற் போல் சாராம்மா சொன்னாள்:

'ஹோ, இனி இப்போ அப்பச்சனும் சின்னம்மாவும் சேர்ந்துஎன்கிட்டேயும் வாடகை கேப்பாங்கன்னு தோணுது.'

'அந்த அளவுக்கு ஆயிடுச்சா?'

'நல்லாருக்கே, நான் இருக்கிற அறையையும் வாடகைக்குக் குடுத்துட்டு...'

‘குடுத்துட்டு, சாராம்மாவை என் கூட என்னோட அறையிலெ?’

‘ச்சே, அது ஒண்ணுமில்ல. சாராம்மாவ அடுப்படியிலே எங்கேயாவது மாற்றி பிரதிஷ்டை பண்ணினா என்னான்னு சின்னம்மாவுக்கு யோசனை.’

‘அப்பச்சனுக்கு . . ?’

‘சின்னம்மா சொல்றதுபோல நடக்கிறது தவிர அப்பச்சனுக்கு சொந்தமா என்ன அபிப்பிராயம் இருக்கு?’

‘அப்பச்சன் சின்னம்மாவைக் கல்யாணம் செய்வதற்கு முன்னால் சுபாவம் எப்படி இருந்தது?’

‘சின்னம்மாவுடையதா?’

‘இல்லை, அப்பச்சனுடையதுதான்.’

‘அன்னைக்கெல்லாம் அப்பச்சன் அப்பச்சனாக இருந்தார். ஆண்களோட தலைக்குள்ளே நிலா வெளிச்சத்தைத் தவிர வேறே ஒண்ணுமில்லேன்னு என்னோட நினைப்பு.’

கேசவன்நாயர் கொஞ்சம் திடுக்கிட்டான். அவன் எதுவும் பேசவில்லை. ஹம்மா, பரவாயில்லையே.

நிலா வெளிச்சம் பற்றிச் சொன்னதைக் கேட்கவில்லை என்று காட்டிக்கொண்டு சற்று நேரத்துக்குப் பின்பு கேசவன்நாயர் கேட்டான்.

‘அப்போ, இந்தக் கட்டடத்துமேலே சாராம்மா வுக்கும் உரிமையில்லையா?’

‘எனக்கென்ன உரிமை?’ என்றாள். ‘சின்னம்மா கொண்டு வந்த சீதனத்தை வெச்சுத்தான் இதுமேலே இருந்த கடனைத் தீர்த்தாங்களாம். என் அம்மச்சியோட சீக்கும் சாவுக் காரியங்களுந்தான் கடனை வரவழைச்சதுன்னு அப்பச்சன் சொல்றாரு. என்னோட பாவப்பட்ட அம்மச்சி இன்னும் ரண்டு வருஷம் உசிரோட இருந்திருந்தா நான்

பி.ஏ.யாவது பாஸாகியிருப்பேன். அப்படியிருந்தா ஒரு வேலை... ஏதாவது ஒரு வேலை...'

'வேலை கிடைக்காத பி.ஏ.க்காரிகளும் எம்.ஏ.க்காரிகளும் நிறைய இருக்காங்க. அதிகமா கைக்கூலி கொடுக்கணும். ஆனாலும் சாராம்மாவோட இப்போதைய நிலைமைக்கு வேலையொண்ணும் இல்லாம இருக்கிறதும் பெரும் கஷ்டம்தான்' என்றான் கேசவன்நாயர்.

சாராம்மா மாசிகையின் பக்கங்களிலிருந்து கண்களை உயர்த்திப் பணிவாகக் கேட்டாள்: 'நீங்க வேலை பார்க்கிற பாங்க்குல ஏதாவது காலியிருக்கா?'

'அது சோட்டா பாங்க்கு இல்லையா?'

'வேறே எங்காவது எனக்கு ஒரு வேலைக்கு...'

கேசவன்நாயர் முகத்தை நிமிர்த்தி சாராம்மாவின் தெளிந்த விழிகளையும் தங்கக் கழுத்தையும் வடிவொத்த திட முலைகளையும் பார்த்துவிட்டு யோசித்தான். பெண்களுக்கு ஆண்களை நேசிப்பதைத் தவிர வேறு என்ன வேலை? நேசிக்கவும் நேசிக்கப்படவும்தான் பெண்களைக் கடவுள் படைத்திருக்கிறார். அல்லாமல் உத்தியோகக்காரிகளாக நெளிந்துகொண்டு சும்மா நடப்பதற்கல்லவே... எனினும் கேசவன்நாயர் ஆழமாக யோசித்த மாதிரி சொன்னான்: 'முயற்சி செய்யலாம்.'

'ஏன், எங்கேயாவது காலியா இருக்கிறதாத் தெரியுமா?'

'தெரியும்.' கேசவன்நாயர் இதயத்தை விரித்துக் கொண்டு யோசித்தான். என்னுடைய இதயத்தில் பெண்ணே, உனக்காகக் காலியிடம் இருக்கிறது. இதற்கு சிபாரிசும் லஞ்சமும் தேவையில்லை.' இதயத்தைத் தடவிக் கொண்டு கேசவன்நாயர் சொன்னான். 'காலியிருக்கு'.

'எங்கே?'

'நாளைக்குச் சொல்றேன்.'

'வேலை?'

'அது...' கேசவன்நாயர் புன்னகைத்தான். ஹம்மா, காதல் கடிதத்தைச் சுருட்டிக் கசக்கித் தூக்கி எறிந்தாய் இல்லையா? அதைப் பற்றி ஒரு வார்த்தை சொல்லவில்லை. நான் தினமும் பெண்களுக்குக் காதல் கடிதம் எழுதுகிற ஆண், இல்லையா? சிங்கே, வேலை... வேலையை உண்டு பண்ணலாம்.

ஆணாகப் பிறந்ததுபற்றிக் கேசவன்நாயருக்குப் பெருமதிப்புத் தோன்றியது. அவன் இடதுகையை உயர்த்தி மேலுதட்டை வருடினான். அடுத்த சவரத்தின்போது ஹாப் மீசையாவது ஃபிட் செய்யணும். கண்களில் மந்தகாசத்துடன் கேசவன்நாயர் அறிவித்தான்.

'நாளைக்கு நிச்சயமாச் சொல்றேன்.'

'சொன்னாப் போதாது, கெடைக்குமா?'

'நிச்சயமா.'

'என் மனசு இப்போதான் சமாதானமாச்சு.'

அவள் காதல் கடிதத்தைப் பற்றி ஒரு வார்த்தையும் சொல்லாமல் கம்பையும் பத்திரிகையையும் எடுத்துக் கொண்டு படியிறங்கி முற்றத்துக்குப் போனாள். தன்னுடைய அறை வாசலில் போய் நின்று கேசவன்நாயரிடம் உரக்கச் சொன்னாள்: 'அந்த இன்னொரு சங்கதியையும் மறந்துடக் கூடாது.'

அவன் அசையவில்லை. சுருட்டிக் கசக்கி வெளியில் வீசிய காதல் கடிதத்தை ஒருமுறை பார்க்கக் கேசவன் நாயருக்குத் தைரியம் வரவில்லை. கோபத்தை அடக்கிக் கொண்டு சுகந்தத்தில் ஒற்றியெடுத்த குரூரச் சிரிப்புடன் உரக்கச் சொன்னான்: 'ஹில்ல.'

இரண்டு

‘இதோ, பெண்ணே, என் இதயத்தின் அழகான திறவுகோல்’ என்று உள்ளுக்குள் சொல்லிக்கொண்டு மறுநாள் காலை கேசவன் நாயர் அறைச் சாவியை சாராம்மாவின் மடியில் போட்டுவிட்டு பாங்க்குக்குப் போனான்.

சாயங்காலம் கேசவன்நாயர் திரும்பி வந்தபோது சாராம்மா சாவியைத் திரும்பக் கொடுத்தாள். அவன் முந்தையநாள் மாசிகையையும் வாங்கிக்கொண்டு மேலே வந்து அறையைத் திறந்து நாற்காலியை இழுத்து வாசலில் போட்டு மாசிகையைப் பிரித்துப் பார்த்துக்கொண்டு உட்கார்ந்தான். வரவிருக்கும் வெற்றியின் சந்தோஷம். யுத்தம் செய்வதற்கு முன்பே வெற்றி. புத்தியுள்ள ஆண்பிள்ளைச் சிங்கங்கள் எல்லாம் இப்படித்தான். சாராம்மாவுக்காகப் பார்த்து வைத்திருக்கும் வேலையின் ரூபத்தைப் பார்த்தால் அவனைக் கீறிக் கிழித்துவிடுவாள்? கேசவன்நாயர் யோசித்தான். தனக்குள்ளேயே சிரித்துக்கொண்டான். நினைத்து நினைத்துச் சிரித்தான். அப்படி உட்கார்ந்திருக்கும் போது சாராம்மா மெல்ல மெல்லப் படியேறி வந்தாள். வேலையைப் பற்றித் தெரிந்துகொள்ள சாராம்மாவுக்கு மிகுந்த பதற்றம் இருக்கிறது என்று கேசவன்நாயருக்குத் தெரியுமென்றாலும் அவன் அதைச் சட்டை செய்யாமல் வழக்கம்போலக் கேட்டான்: ‘விசேஷங்கள் என்ன எல்லாம் இருக்கு சாராம்மா?’

‘ஹூம், ஒண்ணுமில்ல’ என்று சாராம்மாவும் வழக்கம் போலப் புன்னகைத்தாள்.

‘அறையிலிருந்து ஏதாச்சும் திருட்டுப் போயிருக்கா?’ என்றாள்.

போயிருக்கே. தங்கக் குடமே, என்னை முழுசாகத் தானே திருடியிருக்கிறாய். கள்ளிப் பெண்ணே!

கேசவன்நாயர் சாத்வீகமாகச் சொன்னான்:

‘பரிசோதிக்கலே.’

‘அப்படின்னா பரிசோதனை பண்ணுங்க.’

கேசவன்நாயர் பேசவில்லை. அவன் சுவாரசியமாக மாசிகையைப் படிப்பதுபோல் சாராம்மாவிடம் சொல்ல விருக்கும் இதயத்தின் அழகுமண ரகசியத்தை நெட்டுருச்

செய்துகொண்டிருந்தான். அந்த ரகசியம் அவனுடைய இதயமென்ற பெரிய சென்ட்டுக் குப்பிக்குள்ளேயிருந்து 'பூம்' என்று வெளியில் குதிக்கப் போகிறது. அழகுமமணமுள்ள இதய ரகசியம்.

சாராம்மா ஜன்னல்படியில் சாய்ந்து நின்று கேசவன்நாயரின் நடு வகிடெடுத்த சுருட்டை முடியின் மினுமினுப்பையும் மெதுவாக அசைந்துகொண்டிருந்த உதடுகளின் சிவப்பையும் உயர்ந்தும் தாழ்ந்துமிருந்த மார்பின் விரிவையும் மாறிமாறிப் பார்த்துவிட்டு, கேசவன் நாயரிடம் மெதுவாக, மிகுந்த பவ்வியத்துடன் கேட்டாள்:

'அந்த வேலை விஷயத்தைப் பத்தி எதுவும் சொல்லலியே?'

'ஆனா, அது சாராம்மாவுக்குச் சரியா வரும்னு எனக்குத் தோணலே.'

'சம்பளம் கொறைச்சலானதுனாலேன்னா – அது பரவாயில்ல. நான் ஒத்துக்கிறேன். இங்கே நான் எல்லாருக்கும் பாரம். இந்த வாழ்க்கையே எனக்கு அலுத்துப்போச்சு. உண்மையைச் சொன்னா சில சமயம் எனக்கு என்னெல்லாம் தோணுதுன்னு தெரியுமா?'

'என்னெல்லாம் தோணுது, சொல்லு கேட்கிறேன்.'

'ஓ, எப்பவும் வேடிக்கைதான். நான் காரியமாத்தான் சொல்றேன். பெண்ணாகப் பொறந்துட்டதில... என்ன வேலைன்னாலும் நான் ஒத்துக்கிறேன்.'

'சாராம்மாவுக்கு அடுப்படிவேலை தெரியுமா?'

சாராம்மாவுக்கு ஆச்சரியமாக இருந்தது.

'எதுக்காக?'

'சும்மா ஒரு கேள்விதான்.'

சாராம்மா சொன்னாள்: 'அப்படிக் கேட்டா, தெரியும் சோறும் குழம்பும் வெக்கத் தெரியும். பலகாரங்கள் பண்ணத்

தெரியும். சாயா போடத் தெரியும். காபி கலக்கத் தெரியும். கோக்கோ தயாரிக்கத் தெரியும். ஓவல்டின் தயாரிக்கத் தெரியும்...'

'சுருக்கமாச் சொன்னா, நாழி அரிசி கொண்டுவந்து கொடுத்தா அதைப் பொங்கிப் பரிமாற...'

'என்ன, என்னை ஏதாவது சோறுபொங்குகிறவளா நிறுத்தற உத்தேசமிருக்கா?'

'ச்சே! ஒண்ணுமில்ல. சும்மா கேட்டேன். படிச்ச பெண் பிள்ளைகளுக்கு அடுப்படி சம்பந்தமான அறிவு இருக்கறதில்ல. அவங்க ஒடம்பும் துணிகளும் கரியையும் புகையையும் தாங்கறதுக்குப் பொருத்தமானதில்ல. அவங்களுக்கு உடுத்துத் தயாராகறதுக்கும் பவுடர் போடவும் ஸ்நோ பூசிக்கவும் உதட்டைச் சிவப்பாக்கிக்கவும் கூந்தலை ஒரு நூத்தியம்பது தினுசா முடிஞ்சுக்கவும்தான் தெரியும். கண்ணாடிக்கு முன்னால் அகண்ட தபசிருக்கத் தெரியும். அப்படி அலங்காரம் பண்ணிகிட்டு ஒரு டுங்குடு தஞ்சியோட...'

'டுங்குடு தஞ்சியா?'

'ஹேண்ட் பேக்.'

'ஓ!'

'அந்த டுங்குடு தஞ்சியோட அப்படியே நடப்பாங்க லேடியாக்கும் அவ. பெருமதிப்புக்குரிய சாராம்மா அப்படிப்பட்ட லேடிதானான்னு தெரிஞ்சுக்கத்தான் கேட்டேன்.'

'ஓ, நான் பெருமதிப்புக்குரியவ ஒண்ணுமில்ல. என்கிட்ட டுங்குடு தஞ்சியும் இல்ல.'

'ஆனாலும் அதுக்குள்ளே என்னவெல்லாம் வெச்சிகிட்டு அந்த லேடிக நடக்கறாங்க தெரியுமா சாராம்மா?'

'ஒரு நுணுங்கு கண்ணாடி, ஒரு நுணுங்கு பவுடர் டப்பி. ஒரு நுணுங்கு சீப்பு.'

'அதுக்குள்ளே காதல் கடிதங்களும் இருக்குமா?'

'காதல் கடிதங்களா?'

'ஆமாம். அவங்களுக்கு மணிக்கு ஒருதடவை கெடைக்கிறதை அதிலே பத்திரப்படுத்துவாங்களாக இருக்கும். சாயங்காலம் அது நிரம்பினதும் பெரிய பெட்டிக்கு மாத்திடுவாங்க.'

'எனக்கு அதொண்ணும் தெரியாது. நான் காதல் கடிதம் ஒண்ணையும் பாத்ததில்ல. எனக்குப் பாத்து வெச்சிருக்கிற வேலை என்னாச்சு?'

புளுகியே, புளுகிகளின் கிரேட் கிராண்ட் மதரே!

'சாராம்மாவுக்கு அந்த வேலை பிடிக்காது.'

'அய்யோ, பிடிக்கும் பிடிக்கும் பிடிக்கும்.'

'நிச்சயமா?'

'ஆயிரம் தடவை நிச்சயமா?'

'அப்படீன்னா ...' கேசவன்நாயர் தயங்கினான். எப்படிச் சொல்வது? 'இல்ல, சாராம்மாவுக்குப் பிடிக்காது.'

'அய்யோ, நாந்தான் சொன்னேனே... பிடிக்கும்'

'ஆனா இந்த முடிவுக்காக வருத்தப்பட வேண்டி வந்தா..?'

சாராம்மா உறுதியாகச் சொன்னாள்.

'இல்லே, எந்த வருத்தத்தையும் தியாகத்தையும் நான் சகிச்சுக்கிறேன். ஒரு ரகசியம் தெரியுமா? நீங்க இங்கே குடிவர்றதுக்கு முந்தி, தடால்புடால்னு எனக்கு மூணு கல்யாண ஆலோசனைங்க வந்துச்சு. மூணுதடவையும் நான்

சந்தோஷப்பட்டேன். பார்த்தும் பேசியுமிருக்காத ஆளுங்க கூட நடத்தப்போற தாம்பத்திய வாழ்க்கை சுகத்தை நினைச்சதால இல்ல. இந்த நரகத்திலேருந்து தப்பிக்க முடியுமேன்னுதான். ஆனா மூணும் பாழாப்போச்சு. சீதனம் வாங்காம எங்க சமுதாயத்திலே யாரும் என்னைக் கட்டிக்கிட்டுப் போகமாட்டாங்க... அது என்னோட தப்புன்னுதான் சின்னம்மாவும் அப்பச்சனும் சொல்றாங்க... தொட்டதுக்கெல்லாம் என்னைக் குத்தம் சொல்வாங்க. இந்த ஊர்ல மழை பெய்யலேன்னா அந்தக் குத்தமும் எனக்குத்தான். தப்பிச்சுப் போறதுக்காக நெறய இடங்கள்ல வேலை தேடினேன். ஆனா, எனக்கு மட்டும் ஒரு இடமும் காலி இல்ல...'

'காலி இருக்கு.'

'எங்கே?'

'சொல்றேன். இந்த சீதனம்ன்னு சொல்றது என்னா?'

'பெண்பிள்ளையைக் காப்பாத்தறதுக்காக ஆணுக்குக் குடுக்கிற கைக்கூலி.'

'புரியல.'

'அதுவா, இப்போ ஒருத்தர் என்னைக் கட்டிகிட்டுப் போறார்னு வைங்க...'

'சரி. நான்தான்னு வெச்சுக்குவோம்.'

'ஓ, என்னை நீங்க கட்டிகிட்டுப் போனா – என்னோட தீனிக்கும் உடுப்புக்கும் எண்ணெய்க்கும் குளியலுக்கும் பவுடருக்கும் சோப்புக்கும் ஸ்ப்ரேக்கும் சென்ட்குப்பிக்கும் பேற்றுக்கும் பொறப்புக்கும் என்னோட கருமாதிக்கும் பணம் வேணுமில்லயா? அதை நான் முன்னாடியே குடுத்தாத்தான் என்னைக் கட்டிட்டுப் போவீங்க.'

'அது சாராம்மாவ யாரும் நேசிக்காததுனாலே இருக்கலாம். சாராம்மாவ யாராவது காதல்..?'

‘ஹூம், அப்படீன்னாலும் சீதனம் குடுக்கணும். நான் சொன்னேனே அது எங்க சாதி மரியாதையாக்கும்.’

கேசவன்நாயருக்கு சீதன ஏற்பாட்டில் சந்தோஷம் தோன்றியது. ஸ்டைலான ஏற்பாடு.

‘அப்படி ஒரு ஏற்பாடு மட்டும் இல்லேன்னா . . . கடவுளே.’

சாராம்மா சொன்னாள்: ‘சீதன ஏற்பாட்டை நான் கடுமையாக வெறுக்கிறேன்.’

கேசவன்நாயர் சொன்னான்: ‘சீதன ஏற்பாட்டை நான் நேசிக்கிறேன்.’

‘ஏன் ?’

‘சொல்றேன். இந்த சீதன ஏற்பாடு நம்பூதிரி சமுதாயத்திலே இருக்கு.’

சாராம்மா சொன்னாள்: ‘முஸ்லிம் சமுதாயத்திலேயும் இருக்கு.’

கேசவன்நாயர் சொன்னான்:

‘சீதனம் கொடுக்கக் கஷ்டப்படறவங்க சீதனம் வாங்காம கல்யாணம் செய்யத் தயாரா இருக்கிற மத்த சமுதாயத்தில கல்யாணம் செஞ்சுக்கணும்.’

‘பரவாயில்லயே… நல்ல புதுமை.’

‘ஆமாம். நாயர் கிறிஸ்தியனையும் கிறிஸ்தியன் நாயரையும் முஸல்மானையும் முஸல்மான் நாயரையும் நம்பூதிரியையும் ஈழவனையும் கிறிஸ்தியனையும்…’

‘குறுக்கே நான் ஒண்ணு கேட்கட்டுமா ?’

‘கேளு, ஒண்ணில்ல நூறு கேள்வி கேளு. சந்தோஷத்தோட திஸ் கேசவன்நாயர் பதில் சொல்வான்.’

'அப்படீன்னா எனக்குப் பாத்து வெச்சிருக்கிற வேலை என்னான்னு சொல்லுவீங்களா?'

'ஓ, ஒருவேளை சாராம்மா அதை வெறுத்தா?'

'நான் சொன்னேனே, நான் ஒருபோதும் ஒருபோதும் வெறுக்கமாட்டேன்.'

'ஆனா, அது...' கேசவன்நாயர் இதயம் என்ற பெரிய சென்ட்க் குப்பியின் மூடியை 'ட்டபே' என்று கழற்றித் தனது அழகுமணமுள்ள ரகசியத்தை இதயத்துக்கு வெளியே விட்டான். 'சாராம்மா, நான் சாராம்மாவை ஆழமாக நேசிப்பதுபோல் சாராம்மாவும் என்னை ஆழமாக நேசிப்பது என்பதுதான் நான் சாராம்மாவுக்காகப் பார்த்து வைத்திருக்கும் மகத்தான வேலை.'

'வேலை பரவாயில்லையே?'

சாராம்மா கொஞ்சம் திடுக்கிட்டாள். நொடிநேரம் மட்டுமே. ஏனெனில் சட்டென்று அவள் முகத்தில் ரத்தவொளி மின்னியது. கண்கள் பாதியாகத் திறந்தன. அது மட்டுமல்ல, மனம்மயக்கும்படி புன்னகைத்துக்கொண்டு சாந்த மோகனமாக அவள் நின்றாள். மாயாமோகினி.

கேசவன்நாயரின் இதய அணை உடைந்தது. அவன் சொன்னான்: 'நான் வெகுகாலமாக சாராம்மாவை நேசிக்கிறேன். என்னைவிடவும் என் இதயத்தைவிடவும் என் உயிரைவிடவும் என் ஊரைவிடவும் என்...'

அவள் சிரித்தாள். கன்னங்களில் புதுநிறம் படர்ந்தது. கண்கள் மேலும் அதிகமாக ஒளிர்ந்தன.

கேசவன்நாயர் கேட்டான்:

'சாராம்மா, வேலையைப் பற்றி என்ன சொல்கிறாய்?'

சாராம்மா மந்தகாசத்துடன் மெதுவாக மிகமிக மெதுவாகச் சொன்னாள்:

'வேலை பரவாயில்ல. சம்பளம் எவ்வளவுன்னு முடிவு பண்ணியிருக்கீங்க?'

'சம்பளமா?' ஓகோ, சண்டைக்குத் தயாராகிறாளோ? யுத்தம். பரவாயில்லை. என் சிரைகளில் ஓடுவது வீரப் போராளிகளின் நிணம். யுத்தமென்றால் யுத்தம். போரிட்டே தீருவது. வெற்றி அல்லது வீரமரணம். இன்குலாப் ஜிந்தாபாத். கேசவன்நாயர் கேட்டான்: 'சம்பளம் எவ்வளவு வேணும்?'

'நீங்களே முடிவு பண்ணுங்க.'

ஆழ்ந்த சிந்தனைக்குப் பின்பு கேசவன்நாயர் முடிவெடுத்தான்: 'இருபது ரூபாய்.'

சாராம்மா சொன்னாள்: 'இது ரொம்பக் குறைச்சல்.'

'ஆனால் இதுலே ஒரு தம்பிடி சேர்த்துக் குடுக்க வழியில்ல. சின்னப் பாங்க்கு. சின்னச் சம்பளம். புரியுதா? நான் ஒம்பது மணி நேரமா முப்பது நாள் வேலை செஞ்சா கிடைக்கிறதில சாராம்மாவோட அப்பச்சனுக்கு அறை வாடகைக்கும் சாப்பாட்டுக்கும் டோபிக்கு வேட்டி துவைக்கவும்—எதுக்கு, கண்டதுக்கும் கடியதுக்கும் ரொம்பச் சிக்கனம் பார்த்து – அப்படீன்னா பட்டினி கிடந்து – மிச்சம் பிடிக்கறதைத்தான் நான் சாராம்மாவுக்குக் குடுக்க நினைக்கிறேன். சாராம்மாவோட வேலையில ஏதாவது கிலேசமிருக்கா? சும்மா அங்கே உட்கார்ந்தும் படுத்தும் நடந்தும் என்னை நேசிச்சாப் போதாதா? யோசிச்சுப் பாரு.'

சாராம்மா சொன்னாள்: 'வேலை ரொம்ப சிரமமான தாக்கும். இருபத்திநாலு மணி நேரத்துல உங்களுக்கு வேலை ஒன்பது மணி நேரந்தான். மீதிப் பதினஞ்சு மணி நேரமும் ஓய்வுதானே? என்னோட வேலையோ – ஒரு நிமிஷம்கூட ஓய்வெடுக்காம ராவும் பகலும் தின்னும் போதும் தூங்கும்போதும் – கேசவன்நாயரைப் பத்தி யோசிச்சிட்டிருக்கணும். வேணுமில்லையா? கேசவன்நாயர் அழறபோது நானும் அழணும். சிரிக்கிறபோது நானும்

சிரிக்கணும். சாப்பிடும்போது நான் சாப்பிடாம இருக்கணும். தூங்கும்போது நான் முழிச்சுக்கிட்டிருந்து கேசவன்நாயரை நேசிக்கணும்.'

மிகவும் கசப்பான கஷாயத்தைக் குடித்ததுபோல் சாராம்மா கேசவன்நாயரைப் பார்த்தாள். பிறகு கேட்டாள்:

'அப்ப சரி, எனக்குக் குடுத்திருக்கிற வேலை நிரந்தரமா, டெம்பரவரியா?'

கேசவன்நாயர் திடமாகச் சொன்னான்: 'நிரந்தரம். சாசுவதம். முடிவற்றது.'

சாராம்மாவுக்குப் பெரும் நிம்மதி.

'ஓ, நல்லது. அப்போ மரியாதைக்குரிய கேசவன்நாயர் டிம் ஆனாலும் எனக்கு இந்த வேலை இருக்குமில்லையா?'

'அதாவது?'

'திருவாளர் செத்துப்போனாலும் எனக்கு இந்த வேலை இருக்குந்தானே?'

'சந்தேகமேயில்லை. நான் அழகாகப் பரலோகம் அடைந்தாலும் என்னை சாராம்மா மதுர சுந்தரமாக நேசிக்கத்தான் வேண்டும்.'

சாராம்மாவுக்கு ஒரு சந்தேகம்.

'நீங்கள் செத்து மண்ணுக்குள்ளே போயிட்டா அப்புறம் யாரு சம்பளம் தருவாங்க?'

கேசவன்நாயர் பேசவில்லை. என்ன சொல்ல?

கேசவன்நாயரின் மௌனம் சாராம்மாவுக்குச் சிரிப்பை மூட்டியது. அவள் கேலியாகச் சொன்னாள்: 'தலைக்குள்ளே நிலாவெளிச்சந்தான்னாலும் இந்த வேலைக்கு இப்படி ஒரு சிக்கல் இருக்கு. சமூகத்தின் சாவுக்குப் பிறகு எனக்குச் சம்பளம் யார் கொடுப்பாங்க?'

என்ன சொல்வது? கேசவன்நாயர் தீவிரமாக யோசித்தான். கடைசியில் ஒரு வழி தோன்றியது. அவன் புன்னகைத்தான்.

'நாம் ஒரேசமயத்தில செத்துப்போயிட்டா?'

'ஆஹா, அப்பட்டமான சுயநலம். கேசவன்நாயர் சாகிறபோது நானும் செத்துப்போகணும் இல்லையா?'

'சாராம்மா என்னைக் கேலிசெய்யறியா?'

'ஒருபோதுமில்ல, காரியத்தைச் சொல்றது கேலியா? ம்ஹூம்... பெண் பிள்ளையாச்சே, மண்டை ஒடஞ்சு திறந்தாலும் மூளையை எங்கே பார்க்க? பெண்களோட தலைக்குள்ளே வெறும் நிலாவெளிச்சம் மட்டுந்தானே இருக்கு?'

'மன்னிக்கணும் சாராம்மா, எனக்கு சாராம்மா அளவுக்குப் புத்தியோ அறிவோ அழகோ எதுவுமில்லை.'

'தோ, இப்போ பஞ்சபாவமான என்னைத்தான் கேலி பண்ணுறீங்க.'

'நான் என்னோட சாராம்மாவை ஒருபோதும் ஒருபோதும் கேலி செய்யமாட்டேன்.'

'ஓ, கேலி பண்ணிக்கோங்க.'

கேசவன்நாயருக்கு ஏதோ ஒரு நரம்பு அறுபட்டது. 'நான் என் உயிர்த் தலைவியைக் கேலி செய்வேனா? நான் என் வாழ்க்கைத் தேவதையைக் கேலி செய்வேனா? நான் என் இதயத்தைக் கேலி செய்வேனா? நான் என் ஆன்மாவைக் கேலி செய்வேனா? நான் என் தேவியைக் கேலி செய்வேனா? நான் என்...'

சாராம்மா குறுக்கிட்டுச் சொன்னாள்.

'கொஞ்சம் நிறுத்துங்க. ஒரு விஷயம் கேக்கணும்.'

'கேட்கலாம், ஆணையிடலாம்.'

'நான் உயிர்த்தலைவியா?'

'ஆமாம்.'

'என்னையிலேருந்து?'

'பண்டையகாலம் முதல்.'

'எத்தனை பண்டையகாலம்?'

'மிக அதிக அதிகப் பண்டையகாலம் முதல்.'

'பிறகு இந்த விசேஷத்தை இத்தனை நாளாகச் சொல்லாம இருந்தது ஏன்?'

'நான் சொன்னேனே—தினமும் நினைப்பேன். தினமும் சாராம்மாவுக்குக் காதல் கடிதம் எழுதுவேன்.'

'அப்புறம்?'

'கிழிச்சுப் போட்டுருவேன்.'

'அப்படித்தானா?'

'ஆமாம்.'

'சுருக்கமாச் சொன்னா இப்போ நான் உங்களோட உயிர்த்தலைவி, அப்படித்தானே?'

'ஆமாம்.'

'அப்படீன்னா நான் என்ன சொன்னாலும் கேட்பீங்க, இல்லையா?'

கேசவன்நாயர் ஆவேசம் நிறைந்தவனானான். 'என்ன சொன்னாலும் கேட்பேன். யாரையாவது கொல்லணுமா, கொல்லுறேன். சமுத்திரங்களை நீந்திக் கடக்கணுமா, கடக்கிறேன். மலைகளை எடுத்து அம்மானை ஆடறேன். சாராம்மாவுக்காகச் சாகவும் நான் தயாரா இருக்கேன்.'

அவள் சொன்னாள்; 'தற்போதைக்குச் செத்துக்காட்ட வேண்டாம். இப்போ தலைகீழா நின்னுகாட்டுங்க – பாக்கணும்.'

'சத்தியமா தலைகீழா நிக்கணுமா?'

'ஓ, இடையில சத்தியமான்னு ஒரு வார்த்தை இருக்கே?'

'இல்லையே' என்று கேசவன்நாயர் மகிழ்ச்சியுடன் எழுந்தான்.

'சிரசாசனம் மட்டும் போதுமா? மயூராசனமும் போட்டுக் காட்டவா?'

'இப்போதைக்கு சிரசாசனம் போதும்.'

'ரைட், இந்தா பாத்துக்கோ.'

அவன் சட்டையைக் கழற்றி நாற்காலிமேல் வைத்தான். பிறகு வேட்டியை மடித்துத் தார்ப்பாய்ச்சிக் கட்டி, திண்ணையில் தலையை ஊன்றிக் கால்களை மேல்நோக்கித் தூக்கிக் கம்புபோல் நின்றான்.

அவள் தலைமுதல் கால்வரை ஆனந்தமாகப் பார்த்தாள். அப்புறம் அபிப்பிராயம் சொன்னாள்: 'பேஷ், ஸ்டைலாக்ராம்.'

கேசவன்நாயர் நின்ற நிலையில் கேட்டான்: 'சாராம்மா, என்னை நேசிக்கிறாயா?'

சாராம்மா பேசவில்லை.

கேசவன்நாயர் மறுபடியும் கேட்டான்:

'சாராம்மா, மதுரசுந்தரமான காதல் ஜோலியை ஏற்றுக்கொள்வாயா?'

சாராம்மா சத்தம் எழுப்பாமல் தந்திரமாகப் படியிறங்கிக் கீழேபோய் நின்றுகொண்டு உரக்கச் சொன்னாள்:

'மதுரசுந்தரமாக நாளைக்குச் சொல்றேன்.'

○

மூன்று

'சாராம்மா, மதுரசுந்தரமான காதல் ஜோலியை ஏற்றுக்கொள்வாயா?' என்று கேசவன்நாயர் மறுநாள் கேட்டான்.

சாராம்மா சொன்னாள்:

'மதுரசுந்தரமாக நாளைக்குச் சொல்றேன்.'

அதற்கு அடுத்தநாள் கேசவன்நாயர் கேட்டபோதும் *சாராம்மா சொன்னாள்:*

'நாளைக்குச் சொல்றேன்.'

அதற்கு அடுத்தநாள் கேசவன்நாயர் கேட்டபோதும் *சாராம்மா சொன்னாள்:*

'நாளைக்குச் சொல்றேன்.'

அதற்கு அடுத்த நாள் கேசவன்நாயர் கேட்கவில்லை. அவன் அறிவித்தான்:

'நான் மதுரசுந்தரமாகத் தற்கொலை செய்துகொள்ளப் போகிறேன். இனி வாழ்ந்து என்ன பயன்?'

'மிக நல்ல காரியம். அப்புறம் மதுரசுந்தரமாகத் தற்கொலை செய்துகொண்ட காதல் தவசி என்று யாராவது ஒரு இரங்கல் கவிதை எழுதட்டும்.'

கேசவன்நாயர் பேசாமலிருந்தான்.

சாராம்மா கேட்டாள்:

'அப்போ, மதுரசுந்தரமாகத் தற்கொலை செஞ்சுக்கிறதா முடிவு பண்ணியாச்சு?'

'ஆமாம்.'

'அந்த மங்கல நிகழ்ச்சி என்னைக்கு?'

கேசவன்நாயர் பேசாமலிருந்தான்.

சாராம்மா கேட்டாள்:

'எப்படி மதுரசுந்தரமாகத் தற்கொலை செஞ்சுக்கப் போறீங்க?'

'நான் அதைப் பற்றி முடிவெடுக்கலே. எந்த வகையிலாவது செஞ்சுக்குவேன்.'

சாராம்மா அறிவுரை சொன்னாள்: 'தண்டவாளத்துல தலைவெச்சு சாகலாம். இல்லேன்னா ஒரு பூமரத்துல கட்டித் தொங்கிச் சாகலாம். இதில எதை ஏத்துக்கப்போறீங்க?'

கேசவன்நாயர் பேசாமலிருந்தான். குரூர மனம். பெண்ணின் டபிள் டபிள் டபிள் குரூர இதயம்.

சாராம்மா மறுபடியும் ஆலோசனை சொன்னாள்: 'இன்னொரு வழியும் இருக்கு. யாருக்கும் தெரியாது. ஒரு சின்னப் படகிலே ஒரு பெரிய கருங்கல் துண்டையும் ஒரு கயிறையும் எடுத்துக்கிட்டு சாயங்காலமாப் பம்மிப் பதுங்கிப் படகைத் துழாவி நடுக்காயலுக்குப் போகணும். அப்புறம் கயிறோட ஒருமுனையைக் கல்லோட சேத்துக் கட்டணும். இன்னொரு முனையில் அழகான சுருக்கைப் போட்டு கழுத்திலே மாட்டிக்கணும். அப்புறமா நான் செத்தேன்னு அலறிக்கிட்டுப் படகைத் தந்திரமா மிதிச்சு மூழ்கடிச்சிடணும்.'

'வேறே விசேஷமொண்ணுமில்லையே?'

'இல்ல, சுத்தமா இல்ல.'

சாராம்மா சொன்னாள்: 'காதல் கடிதத்தை நான் எடுத்துட்டுப் போயி உமிக்கரியைப் பொட்டலம் கட்டீட்டேன்.'

'என்னுடைய இதயத்தின் ரத்தத்தால் எழுதின காதல் கடிதத்திலா?'

'ஆமாம்.'

பெண்மனதின் அசல் வஜ்ர வஜ்ர கடினம். கேசவன் நாயர் பேசாமலிருந்தான். என்ன பேசுவது?

இலக்கும் தீர்மானமுமில்லாமல் அதிக நாட்கள் அப்படியே கடந்துசென்றன. அவன் யாரிடமும் எதுவும் பேசாமலும் யாரையும் ஏறிட்டுப் பார்க்காமலும் முகத்தைத் தூக்கிக்கொண்டு நடந்தான்.

அவனுக்குப் பெண்களைப் பார்க்கவே வேண்டாமென்று இருந்தது.

ப்ளடி ஃபூல்ஸ். கல்மனசுக்காரிகள்.

சாராம்மாவும் ஒரு ப்ளடி ஃபூல்ஸ்தான். கல்மனசுக்காரிதான். கேசவன்நாயரும் ஒரு ப்ளடி ஃபூல்ஸ்தான். கல்மனசுக்காரன் அல்ல. உலகத்தில் ஆண் பெண் ஒவ்வொருவரும் ஒவ்வொரு ப்ளடி ஃபூல்ஸ்தான். அப்படியான அபிப்பிராயம் கேசவன்நாயருக்கு உறுதிப்பட்டு வந்துகொண்டிருக்கவே – ஒரு சாயங்காலம் சாராம்மா முற்றத்துக்கு வந்து கேசவன்நாயரின் முன்னால் நின்று எதையோ யாசிப்பதுபோல மிகப் பணிவுடன் கை நீட்டினாள். கேசவன்நாயருக்கு எதுவும் புரியவில்லை.

சாராம்மா வணக்கத்துடன் கேட்டாள்: 'என்னோட சம்பளம்?'

'எதுக்குச் சம்பளம்?' கேசவன்நாயரின் மண்டைக்குள் எதுவும் நுழையவில்லை.

அவனுடைய நிலைமையைப் பார்த்து சாராம்மா சொன்னாள், வாக்குறுதியை மீறி அவளை அவமானப் படுத்தியதுபோலச் சொன்னாள்.

'ஓ. கடைசியிலே இப்படியும் ஆச்சு இல்லையா? எல்லாத்தையும் நான் அனுபவிக்க வேண்டியவ. என்னோட தலைக்குள்ளே வெறும் நிலாவெளிச்சம் மட்டுந்தான் இருக்குன்னு பிரபஞ்சம் சொல்றது சும்மா இல்லே. பத்து

முப்பது நாளா நான் மதுரசுந்தரமாக உங்களை நேசிக்கிற கடினமான சோலியைச் செஞ்சுக்கிட்டிருக்கேன்.'

'ஓ' கேசவன்நாயரின் முகம் மலர்ந்தது. கண்கள் மின்னின. சந்தோஷத்தில் அவனுடைய இதயம் ஃபுட்பால் போலப் புடைத்து விலா எலும்புகளைத் தழுவின.

'தங்கமே, அப்புறம் இதுவரை அந்த மதுரமனோகர நியூஸை என்னிடம் சொல்லாதது ஏன்?'

ஏமாற்றமும் வேதனையும் கலந்ததுபோல் சாராம்மா சொன்னாள்: 'வாழ்க்கை, இளமைச் சூட்டுடனும் இதயம், காதலின் அழகுமணத்துடனும் இருக்கும் இந்தக் கிடைத்தற்கரிய காலகட்டத்தில் தற்கொலைன்னு சொல்லி முகத்தை வீங்க விட்டுகிட்டு இதுவரைக்கும் பார்க்காத கேட்காத மாதிரி சும்மா அப்படியே நடந்தா நான் என்ன செய்ய?'

'வேற சொல்ற மாதிரி விசேஷமொண்ணுமில்லையே?'

சாராம்மா சொன்னாள்: 'இல்ல, சுத்தமா இல்ல.'

கேசவன்நாயர் கட்டளையிட்டான்: 'வா.'

அவன் நடந்தான். பின்னால் சாராம்மாவும். அவர்கள் மேலே ஏறினார்கள். கேசவன்நாயர் உள்ளே நுழைந்து பெட்டியைத் திறந்து இரண்டு புதிய பத்து ரூபாய் நோட்டுகளைப் படபடக்கும் இதயத்துடன் எடுத்து ஒரு உறையில் 'ஸ்ரீமதி சாராம்மா அவர்களுக்கு' என்று முகவரியும் எழுதி சாராம்மாவின் கையில் வைத்தான்.

சாராம்மா கேட்டாள்: 'காதல் கடிதமா?'

கேசவன்நாயர் எதுவும் சொல்லவில்லை. காதல் கடிதம். கொஞ்சம் மிரளட்டும் அவள்.

ஆனால் சாராம்மா மிரண்டதாகத் தெரியவில்லை.

அவள் உறைக்குள்ளிருந்து நோட்டுகளை எடுத்துப் பெரிய வியாபாரியைப் போல வெளிச்சத்தில் தூக்கிப் பிடித்து பரிசோதனை செய்தாள்.

'கள்ளநோட்டொண்ணும் இல்லையே?'

கேசவன்நாயர் பேசவில்லை.

'சரி' என்று எச்சரித்தாள். 'இனிமேலே இப்படி தாமசம் பண்ணக் கூடாது. சரியா ஒண்ணாந்தேதி என்னோட சம்பளம் எனக்குக் கெடைக்கணும்.'

கேசவன்நாயருக்கு சாராம்மாவைக் கட்டியணைத்துத் துருதுருவென்று ஒரு லட்சத்தியொன்பது முத்தங்கள் வைக்கத் தோன்றியது. முத்தமிட நெருங்கினான்.

சாராம்மா சொன்னாள்: 'ஒரு நாலடி எட்டியே நின்னாப் போதும்.'

'எனக்கு ஒரு தடவை முத்தமிடணும்.' 'என்னையா?'

'ஹா... ஆமாம்.'

'அது நல்லாருக்கே, இந்த முத்த விஷயம் நம்ம ஒப்பந்தத்திலே இல்லையே?'

கேசவன்நாயர் எதுவும் சொல்லவில்லை. ஹம்பா, ஒரு ஒப்பந்தம்.

அப்படியாக ஐந்து மாதங்கள் போயின. நூறுரூபாய் சாராம்மாவிடம் கை மாறியது. அவள் அதை என்ன செய்தாள் என்று அவன் விசாரிக்கவில்லை. ஆனால் மூன்றாவது மாதம் சாராம்மா தெரிவித்தாள். அவளுக்கு ஆயிரம் ரூபாய் குலுக்கலில் விழுந்திருக்கிறது. கேசவன்நாயர் கொடுத்த சம்பளத்தில் ஒரு ரூபாய்க்குக் கிடைத்த அதிர்ஷ்டம். அது எதிலும் கேசவன்நாயர் அவ்வளவு அக்கறை காட்டவில்லை. பொருளாதாரம் சம்பந்தமான

அலுப்பூட்டும் காரியங்களில் எப்படி அக்கறைப்பட முடியும்? காதலின் நிலவொளியில் மூழ்கியிருக்கிறான் அவன். தெளிவாக எதையும் கவனிப்பது சாத்தியமில்லை. காதல் நாயகி சொல்வதை நம்புவது. எதுவும் தராவிட்டாலும் பரவாயில்லை. அவள் ஆணைப்படி நடப்பது. அவள் சுட்டிக்காட்டிய வழியில் போவது – அதற்குமேல் அவனால் எதுவும் செய்ய முடியாது. அப்படியாக சாராம்மாவின் அறிவுரைப்படி கேசவன்நாயர் பல இடங்களிலும் வேலைக்கு விண்ணப்பங்கள் அனுப்பினான். எதற்காக? சாராம்மா சொன்னதற்காக. ஆனால் சாராம்மா சொல்லாததையும் கேசவன்நாயர் செய்தான். சாராம்மாவுக்கு சுகக்கேடு வந்து படுத்திருந்தபோது டாக்டரை அழைத்துவந்து காட்டினான். பணம்கொடுத்து மருந்து வாங்கிவந்து சாராம்மாவுக்குக் கொடுத்தான். சின்னம்மாவுக்கும் சாராம்மாவுக்கும் சமரசம் செய்துவைக்க முயன்றான். சாராம்மாவின் அப்பச்சனிடம் தகப்பன்களின் பொறுப்பைப்பற்றிச் சிறு பிரசங்கங்கள் செய்தான் – இப்படிப் பல செயல்கள். ஆனால் எதற்கும் அவள் நன்றி சொல்லவோ கடப்பாட்டைக் காட்டவோ இல்லை. ஆனாலும் கேசவன்நாயர் அதையெல்லாம் பொறுத்துக் கொண்டான். பொறுக்கமுடியாமல் போனவை – 'வாழ்க்கை, இளமைச் சூட்டுடனும் இதயம், காதலின் அழகுமணத்துடனும் இருக்கும் இந்த கிடைத்தற்கரிய காலகட்டத்தில்' என்று ஆரம்பிக்கிற – அவளுடைய பேச்சின் அழகான முன்னுரைகள்தான். அதைக் கேட்கும் போது கேசவன்நாயர் வெளிறிப் போவான். சாராம்மா எதையாவது சொல்ல வரும்போது இப்படித்தான் தொடக்கம் இருக்குமோ என்று கவனிப்பான். இல்லாமல் இருந்தால் ஆசுவாசத்தின் அறிகுறியாகப் பெருமூச்சு விடுவான். இப்படியெல்லாமிருந்தாலும் காதலுக்கு மந்தம் ஏதாவது உண்டா? நாள் போகப்போக அது உசிரோடு தீவிரத்தோடு மதுரசுந்தரமாக வளர்ந்தது. எப்போதும் சாராம்மாவைப் பார்த்துக்கொண்டிருக்க வேண்டும்.

அவளை அணைத்துக்கொண்டிருக்க வேண்டும். அவளை முத்தமிட வேண்டும். அவனுடைய ஆசைகளுக்கு எல்லையே இல்லை. ஆண்பிள்ளை ஆச்சே?

சாராம்மாவோ? தான் கேசவன்நாயரை நேசிக்கிறோம் என்பதற்கு எந்த அறிகுறியையும் அவள் காண்பிக்கவில்லை. பேச்சிலோ செயலிலோ எதிலும் அவள் பிடிகொடுக்க வில்லை. பெண்பிள்ளை ஆச்சே?

அந்தக் கட்டத்தில்தான் பிரிவுத் தருணம் வந்து சேர்ந்தது. வெளிநாட்டிலிருக்கும் கம்பெனியில் கேசவன் நாயருக்கு வேலை கிடைத்தது. நல்ல உயர்ந்த சம்பளம். கேசவன்நாயர் சாராம்மாவின் சொல்படி வேலையை ஏற்றுக்கொள்வதாகப் பதில் அனுப்பினான்.

சாராம்மா சொன்னாள்: 'ஆக, எனக்கும் நல்ல ஒசந்த சம்பளம் கிடைக்கப்போகுது.'

அவ்வளவுதான். அவளுக்குச் சொல்ல வேறெதுவும் இல்லை. இருந்தாலும் சாராம்மா நினைவுபடுத்தினாள்:

'ஒவ்வொரு ஒண்ணாந்தேதியும் மணிஆர்டர் அனுப்பிடணும். விலாசம் தெரியுமில்லையா?'

கேசவன்நாயர் எதுவும் சொல்லவில்லை. கல்மனசுக்காரியிடம் என்ன சொல்ல?

சாராம்மா கேட்டாள்:

'என்னைக்குப் போறீங்க?'

கேசவன்நாயர் சொன்னான்:

'பத்து நாளுக்குள்ளே அங்கே போய் சார்ஜ் எடுக்கணுமே, அதனாலே நாளான்னைக்கிப் போலாம்னு முடிவுபண்ணியிருக்கேன். அதுக்குத் தகுந்தமாதிரி பாங்குல வேலையையும் ராஜினாமா பண்ணிட்டேன்.'

'அப்ப இங்கேருந்து போனா நல்லதுன்னு முடிவு பண்ணியாச்சு, இல்லையா?'

'என்ன கேள்வி இது?'

'நான் இப்பவும் உங்க காதலிதானா?'

'இல்லாமப் பின்னே?'

'எனக்காகச் சாகவும் தயாரா?'

'ஆமாம்.'

'சத்தியமா?'

'சத்தியமா!'

சாராம்மா சொன்னாள்:

'இப்போ செத்துக் காட்டணும்னு இல்ல. நான் சொன்னா வேலைக்குப் போகாம இருப்பீங்களா?'

வேலைக்குப் போகாமலிருப்பதா? அப்படி நடந்தால் ஆகச் சிரமப்படுவேன். வாடகை கொடுக்க முடியாமல் போகும். உண்ணவும் உடுக்கவும் ஆகக் கஷ்டப்படுவேன். நடுத்தெருவே கதி என்று அலைய நேரும். கேசவன்நாயர் தாடைக்குக் கைகொடுத்து தரையைப் பார்த்துக்கொண்டு உட்கார்ந்திருந்தான். என்ன செய்யலாம்?

சாராம்மா எழுந்து ஏணிப்படியை நோக்கி நடந்தாள். கேசவன்நாயர் விசனத்துடன் அழைத்தான்: 'சாராம்மா, ஒரு விஷயம் சொல்லணும்.'

அவள் திரும்பி வந்தாள்.

'காதலைப் பத்தி சுந்தரமானதோ புதுசாவோ ஏதாவது சொல்றதுக்குன்னா எனக்கு அதெல்லாம் கேட்டுக்கேட்டுப் புளிச்சுப்போச்சு. சப்ளாச்சி சமாதானமாக்கும் இந்தக் காதல்.'

கேசவன்நாயர் பேசவில்லை. பரிசுத்த காதல் – சப்ளாச்சி சமாதானம்.

சாராம்மா சொன்னாள்:

'சொல்லுங்க, நான் சம்பளம் வாங்குறவளாச்சே, கேக்க மாட்டேன்னு சொல்ல முடியுமா?'

'சாராம்மாவுக்கு எப்பவும் வேடிக்கைதான்.'

'இதைத்தான் சொல்ல வந்தீங்களா?' 'இல்ல.'

'பின்னே?'

'சாராம்மாவும் என்கூட வரணும். எனக்கு அங்கே போய்த் தனியா இருக்க முடியாது.'

சாராம்மாவுக்குச் சிரிப்பு வந்தது. அவள் கேட்டாள்:

'பயமா?'

'இல்ல, நான் சாராம்மாவ நேசிக்...'

'சாராம்மாவ நேசிக்கிறேன். லட்சத்தியொம்பது தடவை சொன்னதுதானே இது?'

சாராம்மா கேட்டாள்: 'அன்புங்கிறது என்ன?'

அதைச் சொல்வது சிரமமாயிற்றே? அன்பு என்றால் என்னவென்று கேசவன்நாயருக்கு நன்றாகத் தெரியும். ஆனால் சொல்லத்தான் கொஞ்சம் கூச்சமாக இருக்கிறது.

'அன்பு, காதல்னெல்லாம் சொல்றது ஒருமாதிரி நிலா வெளிச்சம்போல. மதுரசுந்தர நறுமணமே காதல்.'

'மதுரசுந்தர நறுமணமான நிலாவெளிச்சம்.' சாராம்மா ஆச்சரியப்பட்டாள்.

'பெண்பிள்ளைகளின் தலைக்குள்ளே அதுதான் இருக்குன்னு தானே சொல்றீங்க.'

'மதுரசுந்தர நறுமணமானதல்ல. பெண்களின் தலைக்குள்ளே இருக்கிறது சாதாரண வழுக்கலான நிலாவெளிச்சம்.'

'சந்தோஷம்.'

நீண்ட நேரத்துக்குப் பிறகு கேசவன்நாயர் கேட்டான்: 'சாராம்மா வருவியா?'

'வந்து?'

'நிலாவும் நட்சத்திரமும் இருக்கும்வரைக்கும் என் மனைவியாக வாழலாம்.'

'நாம ரண்டு மதத்துக்காரங்க இல்லையா?'

'அதனாலென்ன? நாம ரெஜிஸ்டர் கல்யாணம் செஞ்சுக்குவோம்?'

'சீதனம் ஒண்ணும் வேண்டாமாக்கும்?'

'சாராம்மா, உன்னையே சீதனமா அனுக்கிரகம் செய்து எனக்குத் தந்துட்டாப் போதும். சாராம்மாதான் என்னோட மாடத்து அணையா விளக்கு. சாராம்மா என்னோட...'

'நிறுத்துங்களேன். வேற சந்தேகமும் இருக்கு.'

'என்ன அது, கேட்டுக்கிறேன்.'

ஒரு குறும்புச் சிரிப்புடன் சாராம்மா சொன்னாள்:

'நாம – ஸ்ரீ. கேசவன்நாயரும் ஸ்ரீமதி. சாராம்மாவும் – சேர்ந்து புருஷன் பெண்டாட்டியாக வாழறப்போ பெரிய சிக்கல்கள் வரும்னு தெரியுது. ஒருத்தர் கோவிலுக்குப் போறப்போ இன்னொருத்தர் போறதோ சர்ச்சுக்கு. ரண்டு சமூகம். நமக்கு மத்தியிலே எப்பவும் சர்ச்சும் கோவிலும்.'

'நியாயமான எண்ணம்' கேசவன்நாயர் சொன்னான்: 'இதுபோலப் பலதும் தெரியவரும். நம்ம ரண்டுபேரோட

வாழ்க்கையையே எடுத்துக்க. நான் ரொம்பக் கஷ்டங்களை அனுபவிச்சிருக்கேன். சாராம்மாவுந்தான். இத்தனை நாளா சாராம்மா எத்தனை கஷ்டங்களைச் சகிச்சிட்டிருந்திருக்கேன்னு தெரியும். சின்னம்மாவும் அப்பச்சனும் அன்பாவா நடந்துக்கிட்டாங்க? சின்னம்மாவோட துரோகபுத்தி. சமூகம், சர்ச்சு. யோசிச்சுப் பாரு. வயசுக்கு வந்த ரண்டு சுதந்திரமான ஜீவிகள். கொஞ்சம் படிப்பும் கொஞ்சம் புத்தியும் இருக்கு. சமூகம் நம்ம ஊட்டி வளர்க்காது. கோவிலும் சர்ச்சும் இருக்கிற இடத்திலேயே இருக்கட்டும். நம்ம மனசுகளுக்கு நடுவுல மதில்கள் உண்டாகக் கூடாது. பொறுமை, பரிவு, கருணை இதையெல்லாம் மறந்துடக் கூடாது. புரிஞ்சுதா?'

'புரிஞ்சுது' என்றாள். சாராம்மா யோசனையோடு சொன்னாள்: 'வேறே சந்தேகங்கள் இருந்தா?'

'இருந்தா திஸ் கேசவன்நாயர் தீர்த்துவைப்பான். சொல்லு, கேட்கலாம்.'

'சொல்றதுக்கு வெட்கமா இருக்கு.' 'வெட்கப்பட்டுக் கிட்டே அழகாச் சொல்லு.'

சாராம்மா கேட்டாள்: 'நமக்குக் குழந்தைங்க பொறக்கும் இல்லையா? அவங்க என்ன ஜாதியா யிருப்பாங்க? இந்துக்களா வளர்க்க எனக்கு இஷ்டமில்ல. கிறிஸ்தவங்களா வளர்க்க என்னோட – என்னோட கணவருக்கு இஷ்டமிருக்காது. அப்படி வர்றப்போ அவங்க ஜாதி?'

கேசவன்நாயருக்கு வியர்த்துப் போயிற்று. அவன் அதைப் பற்றிச் சிந்திக்கவே இல்லை. வாழ்க்கையின் பொருளாயிற்றே? குழந்தைகள் என்ன ஜாதியாக இருப்பார்கள்? கேசவன்நாயர் சிந்தித்தான். ஆழமாகச் சிந்தித்தான். தலை புகைந்தது. நெற்றிப் பொட்டுகளில் நரம்புகள் புடைத்து எழுந்தன. நெற்றியில் பயங்கரமாக

வியர்த்தது. பரிகாரம் தென்படவில்லை. சிந்தனை இருட்டில் தட்டுத்தடுமாறி நடந்துகொண்டிருக்கிறது. வெளிச்சம் புலப்படவில்லை.

அப்படியிருக்கும்போது மின்னல்போல ஒரு எண்ணம். வெளிச்சத்தின் கதவு திறந்தது. மனோகரமான பூந்தோட்டத்தைப் பார்த்ததுபோல ஆர்வத்துடன் அவன் அறிவித்தான்:

'கண்டுபிடிச்சிட்டேன்.'

'என்ன?'

'நாம நம்ம குழந்தைகளை ஒரு மதத்திலேயும் வளர்க்க வேண்டாம். அவங்க மதமில்லாதவங்களா வளரட்டும்.'

'மிருகங்களைப்போல, பட்சிகளைப்போல, பாம்புகளைப் போல, முதலைகளைப்போல.'

'அப்படியில்ல?'

'பிறகு?'

'வேலையிருக்கு. வயசு வர்றப்போ அவங்களுக்குக் கத்துக் குடுப்போம், எல்லா மதங்களைப் பத்தியும். பாரபட்சமில்லாம. அப்படிப் பத்து இருபது வயசாகிறப்போ எல்லா மதங்கள்லேயும் வெச்சு அவங்க மனசுக்குப் பிடிச்சது எதுவோ அதை ஏத்துக்கட்டும்.'

'நியாயம். . . பேரு? என்னோட முதல் குழந்தை ஆண்பிள்ளையா இருந்துச்சுன்னா அந்தத் தங்கக் குட்டனுக்கு என்ன பேரு வைக்கிறது?'

கேசவன்நாயர் குழம்பினான்.

'வாஸ்தவம்தான். அந்தத் தங்கக்குட்டனுக்கு என்ன பெயர் வைப்பது? இந்துப் பெயர் வைக்க முடியாது. கிறிஸ்தவப் பெயரும் அதேமாதிரிதான்.'

கொஞ்சம் யோசித்த பின்பு கேசவன்நாயர் மறுபடியும் உற்சாகவான் ஆனான்.

அவன் சொன்னான்: 'நமக்கிருக்கே, வேறே ஏதாவது சமுதாயத்திலே ஜகஜில்லன் பேரை வைப்போம்.'

'அப்போ என்னோட தங்கக்குட்டன் அந்த சமுதாயத்துக்காரன்னு ஆளுங்க நினைக்கமாட்டாங்களா?'

'ரைட்...' கேசவன்நாயருக்கு உறைத்தது. 'முஸல்மான் பேரை வெச்சா ஆளுங்க முஸல்மான்னு நினைப்பாங்க. பார்ஸி பேரை வெச்சாலும் அதேபோலத்தான். சீனா, ரஷ்யா... வேண்டாம். அதுவும் பிரச்சனைதான்.'

என்ன பெயர் வைப்பது? யாரும் பயன்படுத்தாத பெயராக இருக்க வேண்டும். பெயருக்குப் பின்னால் விசுவாசத்தையோ மதத்தையோ குறிப்பிடுகிற எதுவும் இருக்கக் கூடாது. அப்படிப்பட்ட பெயர் என்ன இருக்கிறது? கேசவன்நாயர் யோசித்துக் கொண்டிருந்தான்.

அப்போது சாராம்மா கேட்டாள்: 'இந்த சைனாப் பேருங்க எப்படியிருக்கும்?'

கேசவன்நாயர் சாம்பிள் சீனப்பெயரைச் சொன்னான்: 'டங்க் டிங்கோஹோ.'

'டங்க் டிங்கோஹோ' சாராம்மா தனது முதல் சந்தானமாக வரப்போகும் தங்கக்குட்டனின் பெயரைச் சொல்லிப் பார்த்தாள்: 'டங்க் டிங்கோஹோ! எடா, மோனே, டங்க் டிங்கோஹோ, நீ எங்கே இருக்கே, டங்க் டிங்கோஹோ?'

'ஸ்டைலா இருக்கில்லே?'

சாராம்மாவுக்குப் பிடிக்கவில்லை.

'என் மகனுக்கு அந்தப் பேரு வேண்டாம்.'

'அப்படீன்னா ரஷ்யா இருக்கு. 'ஸ்கி'ன்னு சேர்த்துட்டாப் போதும்.'

சாராம்மா கேட்டாள்:

'என்ன ஸ்கி?'

'எதுவானாலும்.'

'சப்ளோஸ்கி... சப்ளோஸ்கி வேண்டாம்.'

'அப்படீன்னா... கெடச்சிருச்சு ஸ்டைலான பேருகள்.' கேசவன்நாயரின் கற்பனை மடை திறந்தது. அவன் ஒவ்வொரு பெயராகச் சொன்னான்.

'இந்தியா, காதல் கடிதம், சிறுகதை, சூறாவளி, சகாரா, ஆகாசம், நிலாவெளிச்சம், கரிமீன், சிம்பலிஸம், பாக்குமரம், மிட்டாய், நாடகம், சமுத்திரம், செம்மீன்கண்ணன், வெள்ளிக்கிழமை, கூல்டாப்பன், வசன கவிதை, மாணிக்கக் கல்லு, தீச்சுடர், மிஸ்டிசிஸம், நட்சத்திரம்...'

'நிறுத்துங்க, நான் சொல்லிப் பார்க்கிறேன். எடா, மோனே, செம்மீன்கண்ணா, அம்மச்சியோட செம்மீன்கண்ணா... ஊஹூம், வேண்டாம்.'

அவள் மறுபடியும் அழைத்துப் பார்த்தாள்.

'எடா மோனே வசனகவிதையே, எடா மோனே சிறுகதையே, எடா மோனே நிலாவெளிச்சமே...'

அவன் சொன்னான்: 'நாம் ஒவ்வொரு பேரையும் எழுதி சீட்டுப்போட்டு ரண்டை எடுக்கலாம். சண்டை வேண்டாம். போதாததுக்கு டபிள் பேரு ஸ்டைலாவும் இருக்கும்.'

சாராம்மாவும் அதை ஒப்புக்கொண்டாள்.

இருவரும் துண்டுக் காகிதத்தில் பெயர்களை எழுதிச் சுருட்டி, ஒன்றாகச் சேர்த்துக் குலுக்கி அதில் ஒன்றை

சாராம்மாவும் இன்னொன்றைக் கேசவன்நாயருமாக எடுத்தார்கள். கேசவன்நாயர் காகிதத்துண்டைப் பிரித்துப் பார்த்து அறிவித்தான்:

'மிட்டாய்.'

சாராம்மாவும் பிரித்துப் பார்த்து மெதுவாகச் சொன்னாள்:

'ஆகாசம்.'

இருவரும் முகாமுகம் பார்த்துக்கொண்டார்கள்.

சாராம்மா தீரத்துடன் மகனைப் பெயர் சொல்லிக் கூப்பிட்டாள்:

'மிட்டாய் ஆகாசமே, எடா மகனே, மிட்டாய் ஆகாசமே, மிட்டாய் ஆகாசம்.'

'தப்பு.' கேசவன்நாயர் திருத்திச் சொன்னான். தனது தங்கக்குட்டனான மகனின் பெயரைக் கம்பீரமாக அழைத்தான்:

'ஆகாசமிட்டாய்.'

சாராம்மாவுக்கும் அது நன்றாகப் புரிந்தது. அவள் வாஞ்சையுடன் தங்கக்குட்டனின் பெயரை நீட்டி அழைத்தாள்:

'ஆகாசமிட்டாயீ, எடா மோனே ஆகாசமிட்டாய், நீ எங்கே இருக்கே ஆகாசமிட்டாய்?'

'கம்பீரமாக இருக்கு' என்று தீர்ப்புச் சொன்னான் கேசவன்நாயர். 'மிஸ்டர் ஆகாசமிட்டாய், ஶ்ரீஜித் ஆகாசமிட்டாய், தோழர் ஆகாசமிட்டாய்.'

சாராம்மாவுக்கு ஒரு பயங்கர சந்தேகம் எழுந்தது அப்போது.

'அப்ப, என்னோட தங்கக்குட்டன் கம்யூனிஸ்டா?'

கேசவன்நாயர் சொன்னான்:

'ஹடேய், அப்படித்தான் ஆகும்னா ஆகட்டுமே. எந்த டுங்காஸிலேயும் சேரட்டும். அது அவன் இஷ்டம். வேறென்ன?'

'அப்படீன்னா என் மகன் இஷ்டம்போலவே ஆகட்டும். என்னோட மகன் எந்தக் கட்சியில வேணும்னாலும் சேர்ந்துக்கிடட்டும்.'

என் மகன்? சாராம்மாவின் மகன்? கேசவன்நாயருக்கு ஆத்திரம் வந்தது. சுயநலமி. அவன் நினைவுபடுத்தினான்.

'சாராம்மா, இதுவரைக்கும் பேசின எல்லாத்திலேயும் என் மகன், என் மகன், என் மகன்னு மட்டுமே சொல்லிட்டிருக்கேன்னு புரியுதா? இத்தனை சுயநலம் ஆகாது. யாராவது கேட்டாங்கன்னா ஆகாசமிட்டாய் மேலே எனக்கு எந்த உரிமையும் கிடையாதுன்னு நெனைப்பாங்க. அதனாலே இனிமே நம் மகன்னு சொல்லணும். புரிஞ்சுதாடீ?'

அடியாமே? சாராம்மாவுக்கும் கோபம் வந்தது.

'ஞாபகப்படுத்தினது நல்லதாச்சு' என்று கஷாயம் விழுங்கிய பாவத்தைக் காட்டினாள் சாராம்மா.

'ஓ... நான் சும்மா அதைப்பத்தியெல்லாம் கேட்டேன். அவ்வளவுதான். அதனாலேயே நான் பெண்டாட்டி ஆயிட்டேன்னு ஒண்ணும் நெனைச்சுக்க வேண்டாம். புரியுதா மிஸ்டர் கேசவன்நாயர்?'

கேசவன்நாயரின் முகம் வாடியது. அவன் தாழ்மையாகக் கேட்டான்:

'அப்போ சாராம்மா முந்தி சொன்னது?'

'என்ன சொன்னேன்?'

'எனக்கு மனைவியாகிறதா..?'

'ஆயிட்டு..?'

'ஓ, சாரம்மாவுக்கு எப்பவும் வேடிக்கைதான்.'

'ஆங், வேடிக்கை... அது வாழ்க்கையில என்னான்னு தெரியுமா?'

'எனக்குத் தெரிய வேண்டாம்.'

'பரவாயில்ல, நான் சொல்றதைக் கேட்க மனசு வராது. ஆனா நான் அட... உயிர்த் தலைவி, இஷ்ட தாசி..?'

'சொல்லு சாராம்மா, என்னா அது?'

'எது?'

'வேடிக்கை வாழ்க்கையில்..?'

'ஆங், அப்படிச் சிரிக்கறதுதானே?' அவள் எழுந்து ஏணிப்படிகளில் இறங்கிக்கொண்டே சொன்னாள். 'நறுமணம்.'

வேடிக்கை வாழ்க்கையின் நறுமணமாகிறது. பரவாயில்லையே. வேடிக்கையே வாழ்க்கையின் நறுமணம்.

O

நான்கு

'சாராம்மா, விடியற்காலைலே இங்கேருந்து புறப்படணும்' - பொழுது இருட்டத் தொடங்கியபோது கேசவன்நாயர்

சொன்னான். 'சாராம்மாவுக்குக் கடைசியாச் சொல்ல ஏதாவது இருக்கா?'

சாராம்மா சொன்னாள்: 'வாழ்க்கை இளமைச் சூட்டுடனும், இதயம் காதலின் அழகுமணத்துடனும் இருக்கும் இந்த கிடைத்தற்கரிய காலகட்டத்தில் சில சில்லறைக் கேள்விகள்.'

கேசவன்நாயர் விறைத்துப்போனான்.

சாராம்மா தொடர்ந்தாள்:

'கேள்வி ஒண்ணு – அப்பச்சனுக்குக் கொடுக்க வேண்டிய வாடகை பாக்கியெல்லாம் கொடுத்து முடிச்சாச்சா?'

'முடிச்சாச்சு.'

'நல்லது, ரண்டாவது கேள்வி – ஓட்டல்காரனோட கடன்?'

'முடிச்சாச்சு.'

'மூணாவது கேள்வி – வழிச்செலவுக்குப் பணமிருக்கா?'

'இருக்கு.'

'அப்படீன்னா ஒரு துணைக் கேள்வி, பணம் எங்கேருந்து வந்துச்சு?'

'என்னோட ரிஸ்ட் வாட்சையும் தங்க மோதிரத்தையும் வித்தேன்.'

'நல்லது. அப்படியாக பெருமதிப்புக்குரிய கேசவன் நாயர், இந்த நாட்டைவிட்டுப் போனால் எந்தக் காரணத்துக்காகவும் யாரும் அவரை நினைக்கத் தேவை யில்லாத நிலையை அடைந்திருப்பதற்கு நான் எல்லா நல்வாழ்த்துகளையும் அவருக்குத் தெரிவித்துக் கொள்கிறேன்' என்று சொல்லி கிணுகிணுவென்று சிரித்தபடி படியிறங்கிப் போனாள்.

கேசவன்நாயர் மனம் நொந்து அழைத்தான்: 'சாராம்மா.'

யார் கேட்க? கடினத்தின் எல்லையாக இருப்பவள் பெண். தனி டுக்குடு டுக்குடுவாக இருப்பவளும் பெண்தான்.

O

ஐந்து

'கேசவன்நாயர் உயிர்ப்பிணமாக
அப்படியே உட்கார்ந்திருந்தான். இரவு வந்தது;

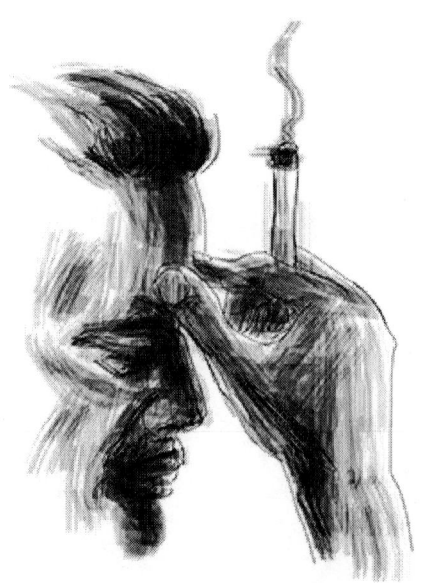

நிலவு உதித்து எழுந்தது. எதற்காக..? கேசவன்நாயர் அப்படியே இருந்தான். கடைசியில் எழுந்து விளக்கேற்றி னான். டைம்பீஸில் மணி பதினொன்றைக் காட்டியது

அலாரத்தை நான்கு மணிக்குச் சரிசெய்து வைத்துக் கதவை மூடிவிட்டுக் கட்டிலில் சோர்ந்து படுத்தான். கடைசி இரவு. பசியில்லை. தாகமில்லை. கேசவன்நாயர் கண்களைத் திறந்தபடியே படுத்திருந்தான். எதைப் பற்றியும் யோசிக்கவில்லை. எனினும் கண்கள் நிரம்பி வழிந்துகொண்டிருந்தது. பெண் என்பவள் கொடூரகொடூர மானவள். ஆண் எவ்வளவோ நல்லவன். கடவுள் எதற்காகப் பெண்களைச் சிருஷ்டித்தான்? நிச்சயம் நல்ல நோக்கத் துடன் அல்ல. அவனுக்கு விம்மிவெடித்து அழ வேண்டும் போல இருந்தது.

அப்போது வெளியே சத்தம். மென்மையாகவும் சங்கீதமயமாகவும்.

'தூங்கீட்டீங்களா?'

அவள்தான். பாவி. கொடூரமானவள். கல்மனசுக்காரி.

கேசவன்நாயர் அசையவில்லை.

மீண்டும் அதே சத்தம்.

'திறங்க, நான்தான்.'

கேசவன்நாயர் எழுந்துபோய்க் கதவைத் திறந்தான். சாராம்மா அறைக்குள் வந்தாள். அவன் கதவருகிலேயே நின்றான்.

சாராம்மா மெல்ல அழைத்தாள்:

'இங்கே வாங்களேன், ஒரு விஷயம் சொல்லணும்.'

கேசவன்நாயர் திரும்பச்சென்று கட்டிலில் உட்கார்ந்தான். சாராம்மா கதவருகில்போய் நீண்டநேரம்

வெளியே பார்த்துக்கொண்டு நின்றாள். விசேஷமான சத்தங்கள் எதுவுமில்லை. கதவை மூடிவிட்டு வந்து நாற்காலியைக் கட்டிலை ஒட்டிப் போட்டு, முழங்கைகளைக் கட்டில் விளிம்பில் ஊன்றி முகத்தை உள்ளங்கையில் தாங்கிக்கொண்டு அவிழ்ந்து கலைந்த கூந்தலுடன் உட்கார்ந்தபோது அவளுடைய முலைகள் கட்டில் விளிம்பை முத்தமிட்டன.

கேசவன்நாயருக்கு அந்த முலைகளின்மேல் முத்தமிட ஆசையாக இருந்தது. கழுத்தின்மேல், உதடுகளின்மேல், கண்களின்மேல். . . இருந்தாலும் மனதைத் திடமாக்க முயன்றுகொண்டு தலையணைமேல் சாய்ந்தான். அப்போதும் கண்ணீர் வழிந்துகொண்டிருந்தது.

அவள் கேட்டாள்: 'ஏன் அழறீங்க?'

அவன் பேசவில்லை. அவள் எழுந்து கட்டிலில் உட்கார்ந்து கேசவன்நாயரின் முகத்தை நோக்கிக் குனிந்து அவன் உதடுகளில் பயங்கர இனிப்பான ஒரு நறுமண முத்தம் வைத்தாள். ட்டப்.

'என்னை வெறுக்கிறீங்களா?' அவள் மெதுவாகக் கேட்டாள்.

'ஆமாம்' என்று அவன் அவளைத் தாங்கி எடுத்து மடியில் அமர்த்திக்கொண்டான். அவளுடைய மணம்... துக்கங்களெல்லாம் போயின. ஆனாலும் கண்ணீரை வழிய விட்டுக்கொண்டு அவன் புன்னகைத்தான்.

அவள் சொன்னாள்:

'மழை பெய்திட்டிருக்கிறப்போ பூர்ணசந்திரன் பிரகாசிக்கிற மாதிரி. . .'

'உவமையெல்லாம் நிறையவே தோணும், விடியற்காலை நாலுமணி வண்டிக்கு என்கூட சாராம்மாவும் வரணும்.'

‘எங்கே?’

‘நான் போகிற இடத்துக்கு.’

‘வந்திட்டு. . ?’

‘ஓ, சாராம்மாவுக்கு எப்பவும் வேடிக்கைதான்.’

‘வேடிக்கை வாழ்க்கையின் என்னவென்று தெரியுமா?’

‘தெரியும், என்னோட பிரியப்பட்ட அடியோட உதடுகளுக்கு இருப்பது.’

‘ங்ஹூம், கேலி பண்ணிக்கோங்க.’ அவள் பாடீசுக்குள்ளேயிருந்து கனத்த ஒரு உறையை எடுத்து கேசவன்நாயர் கையில் பக்தியுடன் கொடுத்தாள். ‘வண்டி இங்கேருந்து நகர்ந்த பிறகுதான் திறந்து பார்க்கணும்.’

‘கனமா இருக்கே, காதல் கடிதமா?’ கேசவன்நாயர் கேட்டான்.

‘ஆமாம், காதல் கடிதம்தான்.’ சாராம்மா புன்னகைத்தாள்.

‘வண்டி ஸ்டேஷனைவிட்டு நகர்ந்ததுக்குப் பிறகுதான் இதைத் திறந்து பார்ப்பேன்னு சத்தியம் பண்ணுங்க.’ அவன் சொன்னான்:

‘சத்தியம்.’

‘போதாது, பக்தியும் விசுவாசமும் இருக்கிற எதன் மேலேயாவது சத்தியம் செய்யணும்.’

கேசவன்நாயர் சாராம்மாவைப் பார்த்தபடி சத்தியம் செய்தான். ‘எனக்குப் பக்தியும் விசுவாசமும் திவ்வியமான காதலுமிருக்கிற என்னோட சாராம்மா மேலே சத்தியமா நான் இதை வண்டியிலே ஏறின பிற்பாடுதான் திறந்து பார்ப்பேன்.’

சாராம்மா எழுந்து கதவைத் திறந்தாள்.

'கருக்கல்லே போறப்ப என்னைக் கூப்பிடணும். இப்போ நிம்மதியாத் தூங்குங்க.'

அவள் போனாள். கேசவன்நாயர் தனிமையில்...

அவளுடைய வாசனை.

O

ஆறு

டைம் பீஸ் அலாரம் அடித்தது.

கேசவன்நாயர் திடுக்கிட்டு எழுந்தான். நேரம் சரியாக நான்கு மணி ஆகியிருக்கிறது. அவன் எழுந்து கால், முகம் கழுவிவந்து பயணத்துக்கான ஏற்பாடுகளைத் தொடங்கினான். உடை மாற்றிக்கொண்டு படுக்கையைக்

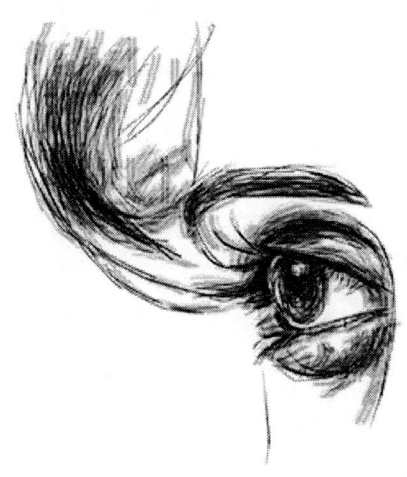

கட்டிவைத்து, சாமான்களைப் பெட்டிக்குள் போட்டு, அதன் பிறகு கீழே இறங்கி ரோட்டுக்குப் போய் ஒரு வண்டிக்காரனை அழைத்துவந்து சாமான்களை வண்டியில் ஏற்றினான்; திரும்பிப்போய் சாராம்மாவின் அறை ஜன்னல் வழியாக டார்ச் லைட்டை அடித்து, 'சாராம்மா, சாராம்மா' என்று மெல்ல அழைத்தான். ஆனால் அசைவில்லை... கதவை லேசாகத் தள்ளினான். திறந்துகொண்டது.

அவன் விளக்கைப் போட்டுப் பார்த்தபோது உள்ளே யாருமில்லை. சாராம்மாவும் இல்லை. அவளுடைய பெட்டியும் இல்லை. என்ன கதை? அவள் எங்கே போயிருப்பாள்? வெளிச்சம் மேஜை மேல் கிடந்த உறைமீது விழுந்தது. கேசவன்நாயர் பதறும் இதயத்துடன் அதையெடுத்துத் திறந்து வாசித்தான்.

'பிரியப்பட்ட அப்பச்சனும் மரியாதைக்குரிய சின்னம்மாவும் சேர்ந்து வாசித்துத் தெரிந்துகொள்வதற் காக சாராம்மா எழுதுவது என்னவென்றால்...

வாழ்க்கை, இளமைச் சூட்டுடனும், இதயம் காதலின் அழகுமணத்துடனும் இருக்கும் இந்தக் கிடைத்தற்கரிய கால கட்டத்தில் – எனக்கு மாதா மாதம் மிகப்பெரிய சம்பளம் கிடைக்கும் ஒரு வேலை தகைந்திருப்பதால் பணியிடத்துக்கு நான் போகிறேன். சீதனம் வாங்காமல் இந்த அழுக்கு உடையோடு என்னைத் திருமணம் செய்து கொள்ளத் தயாராக இருக்கும் ஒரு ஆணும் எனக்குக் கிடைத்திருக்கிறார். அவரை நானும் என்னை அவரும் நேசிப்பதனால் நீங்கள் தீவிரமாக யோசித்து இனிமையான நல்வாழ்த்தால் எங்களை ஆசீர்வதிக்க வேண்டும் என்று கேட்டுக்கொண்டு,

அப்பச்சனுடையதும் சின்னம்மாவுடையதுமான
சாராம்மா.'

கேசவன்நாயர் கடிதத்தை மேஜைமேலேயே வைத்துக் கதவைச் சாத்தி வெளியே வந்து, சீக்கிரமாக ரயில்வே

ஸ்டேஷனை அடைந்தபோது மயக்கும் மேனியளாக நின்று கொண்டிருக்கிறாள் சாராம்மா.

அவள் கேட்டாள்: 'நான் வந்திருக்கேன்னு எப்படித் தெரிஞ்சுது?'

'திவ்ய ஞானம். ஆணின் சுந்தர புத்தி.'

'ஆணின் க்ணாப்பி புத்தி? அப்படியில்லாம என்னோட அறைக்குள்ளே நுழைஞ்சு அப்பச்சனுக்கும் சின்னம்மாவுக்குமா எழுதின என்னோட ரகசியக் கடிதத்தை வாசிக்கவே இல்ல.'

'சொல்றேன் பெண்ணே, எல்லாத்தையும் சொல்றேன்.'

அவன் இரண்டு டிக்கெட் வாங்கினான். இருவரும் சாமான்களுடன் வண்டியில் ஏறி உட்கார்ந்தார்கள்.

உற்சாகமான பலத்தபலத்த சீழ்க்கை ஒலியுடன் வண்டி நகர்ந்தது. அவர்கள் எதுவும் பேசாமல் ஒட்டியொட்டி உட்கார்ந்தார்கள். வண்டி மூன்று இடங்களில் நின்றது. கடைசியில் அவர்கள் தனிமையில் விடப்பட்டார்கள்.

வண்டி ஒரு ஸ்டேஷனில் நின்றது. கேசவன்நாயர் சாயாவுக்கு ஆர்டர் செய்தான். இரண்டுபேருக்கும் காபி போதுமென்றாள் சாராம்மா. இரண்டுபேருக்கும் சாயா போதுமென்றான் கேசவன்நாயர். இருவருக்கும் கோபம் வந்தது. முடிவில் கேசவன்நாயர் சாயாவும் சாராம்மா காபியும் குடித்தார்கள்.

சூரியனும் மிக அழகாக உதித்தது. தங்கம்போல ஓடும் நதிக்கு மேலாக வண்டி சாவதானமாகப் போய்க் கொண்டிருந்தது. சாயா, காபிமீதான பயங்கரச் சண்டையை மறந்து உள்ளம் நிரம்பிய ஆனந்தத்துடன் கேசவன்நாயர் சாராம்மாவை மெல்ல அழைத்தான்.

'நறுமணமே, தேனே, தங்கமே. . .'

சாராம்மா நெருங்கி உட்கார்ந்து கேட்டாள்: 'என்னா ஆகாசமிட்டாயோட அச்சா?'

'பிரியமான மதுரசுந்தர நறுமண நிலாவெளிச்சமே!'

சாராம்மா கேசவன்நாயரைக் கிள்ளினாள்.

கேசவன்நாயர் சொன்னான்: 'அடிச்சு உன்னோட விலாவை நொறுக்குவேன்.'

சாராம்மாவின் கண்கள் ததும்பின. பெண்ணல்லவா, கண்ணீருக்கு ஏதாவது பஞ்சம் உண்டா? சும்மா அவள் குடுகுடாவென்று அழுதாள். அதைப் பார்த்ததும் ஆணாகிய கேசவன்நாயரின் இதயம் நொந்தது. அவன் அவள் கண்களில் முத்தமிட்டான்.

'வேண்டாம் என்னைத் தொட வேண்டாம்' என்றாள் சாராம்மா.

'என்ன காரணம்?'

'நான் இத்தனை தியாகம் செஞ்சுட்டும் எங்கிட்ட இப்படித்தானே நடந்துக்கிறீங்க?'

'என்ன நடத்தை? என்ன தியாகம்?'

'நான் என்னோட பிரியமான அப்பச்சனையும் சின்னம்மாவையும் விட்டுட்டுக் கூடவரலையா?'

'வர்றே, அதுக்கு?'

'எனக்காகக் காபி குடிக்கக்கூட... எனக்காக ஒரு துக்கிணியூண்டு தியாகம் செய்யக்கூட. . .'

கேசவன்நாயர் எதுவும் பேசவில்லை. அவன் உலகத்தில் உருவானவர்களும் இருப்பவர்களும் உருவாகப் போகிறவர்களுமான எல்லாப் பெண்களையும் நினைத்துப் பார்த்தான். ஃபுல்ட்டுஷுகள்.

'எனக்காக ஒரு இணுக்குத் தியாகங்கூடச் செய்யா. . .' என்று சாராம்மா தொடர்ந்தாள். 'அப்படியிருந்துட்டு

இப்போ என்னை அடிச்சு விலாவை நொறுக்கப் போறாராம்.'

'தியாகமயீ, அடியே, ஆகாசமிட்டாயின் அம்மாவே.'

'என்னவாம்?'

'இன்னைக்கு நாம ரெஜிஸ்டர் கல்யாணம் செய்து கிட்டு வெளிப்படையா ஃபர்ஸ்ட் கிளாஸ் கணவனும் மனைவியுமா ஆகிறோம். சம்மதந்தானே?'

சாராம்மா பேசவில்லை.

கேசவன்நாயர் சாராம்மாவின் தொடையில் மிக மெதுவாக ஒருமுறை பயங்கரமாகக் கிள்ளிவிட்டு மீண்டும் கேட்டான்:

'எடீ, சம்மதமா?'

'ஆமான்னுதான் சொன்னேனே? மௌனம் சம்மதம்.'

'உனக்கு மூணு காரியங்களிலே பரிபூரண சுதந்திரம் இருக்கும்.'

'வெறும் சில்லுண்டியான மூணு காரியங்கள்லயா?'

'ஆமாம். சாப்பாடு, துணி, விசுவாசம்.'

'அப்ப நம்ம வீட்ல ரெண்டு அடுக்களை இருக்குமா?'

'ஒரேயொரு நுணுங்கு அடுக்களை.'

'ரண்டு தினுசு ஆகாரம் நான் சமைக்கணுமா?'

'ஒரேயொரு தினுசு.'

'யாரோட இஷ்டப்படி சமைக்கணும்?'

'என்னோட சமையல்காரி இஷ்டப்படி.' அவள் புன்னகைத்தாள்.

'அது நியாயம். நான் காலைலே காபிதான் போடுவேன்.'

'ஓ... நான் அதைக் குடிச்சுட்டு வெளியேபோய் சாயா குடிப்பேன்.'

'நான் சம்மதிக்கமாட்டேன். கிடைக்கிற சம்பளம் முழுசையும் முழுசையும் என்கிட்ட என்கிட்ட குடுத்துடணும்.'

'பிரியப்பட்ட அடியே, நான் எப்படி சாயா குடிப்பேன்?'

'தியாகம் பண்ணுங்க. நான் என்னவெல்லாம் தியாகம் செஞ்சிருக்கேன்.'

'நான் சாராம்மாவுக்காகத் தலைகீழா நின்னதோ?'

'ஓ. அது பெரிய தியாகமா என்ன? காதலுக்காக மகா சாம்ராஜ்யங்களைத் துறந்தவங்க இல்லையா? முதலைங்க கூட யுத்தம் செஞ்சவங்க இல்லையா?'

'பிரியப்பட்ட மாயாமோகினி, அடியே, மதுரசுந்தர நறுமண நிலாவெளிச்சமே! அதெல்லாம் சாதாரணம். நான் வேணும்னா சாய்வு நாற்காலியில் உட்கார்ந்துகிட்டே பத்து மகா சாம்ராஜ்யங்களைத் துறக்கிறேன். ஆயிரம் முதலைங்ககூட யுத்தம் செய்கிறேன். ஆனால், காதலிக்காக ஒரு தடவையாவது தலைகீழா நிக்கறது. இப்படி யாருடி செஞ்சிருக்காங்க? இதை வெல்லக்கூடிய மகா தியாகம் பிரபஞ்ச சரித்திரத்திலே பார்க்க முடியுமா? இந்தக் கேசவன் நாயர் சாராம்மா முன்னாலே தலைகீழா நின்னான். இதைவிட உசிரான தியாகம் எது பெண்ணே?'

'ஆகாசமிட்டாயோட அச்சா?'

'என்னாடி பெண்ணே?'

'சொல்றேன்.'

அவள் குனிந்து கேசவன்நாயரின் இரு பாதங்களிலும் முத்தமிட்டாள். கேசவன்நாயர் அவளை எழுப்பி நிறுத்திக் கட்டியணைத்தான். ஓடும் புகைவண்டியில் யார் பார்க்க?

அவள் கேசவன்நாயரின் கோட்டுப் பாக்கெட்டில் கை விட்டாள்.

அவன் கேட்டான்: 'மதுரசுந்தர நறுமண நிலா வெளிச்சம் எதைத் தேடுது?'

'நான் குடுத்த கவரை.'

'காதல் கடிதத்தையா? ஐயோ, நான் அதைப் படிக்கவேயில்லையே?'

கேசவன்நாயர் உறையை எடுத்துப் பிரித்தான். காகிதங்களை எடுத்து ஆச்சரியத்தில் ஸ்தம்பித்துப் பார்த்துக் கொண்டிருந்தான். நோட்டுகள்... நோட்டுகள்... நோட்டுகளின் பெருக்கம்.

அவன் எண்ணினான். ஆயிரத்துத் தொண்ணூற்றி யொன்பது ரூபாய்க்கான நோட்டுகள்.

'இதிலிருந்து ஒரு வாட்சும் மோதிரமும் வாங்கிக் கோங்க, சரியா?'

பணத்தைப் பார்த்ததும் கேசவன்நாயருக்குச் சந்தோஷம் தோன்றியது என்றாலும் காதல் கடிதத்தை வாசிக்கத்தான் பரபரத்தான். அவன் கேட்டான்.

'மத்தது எங்கே?'

'மத்ததா?'

'காதல் கடிதம்.'

'ஓ. வாசிக்க அவசரமாக்கும்?'

'சும்மா பார்க்கிறதுக்குத்தாண்டி தங்கப் பளிங்கே.'

'அப்படீன்னா, பார்த்துக்கோங்க.' அவள் தெளிந்த மென்னகையுடன் கேசவன்நாயரைப் பார்த்தாள். 'பார்த்துட்டீங்களா, நானே காதல் கடிதம். நானே

இளைஞனாகிறேன். நானே இளைஞியாகிறேன். நானே காதல் கடிதமாகிறேன்.'

கேசவன்நாயருக்கு அது மிகவும் பிடித்தது.

'நீயும் நானும்.'

'ஸ்டைல். மத்தது எங்கே, காட்டு.'

அவள் பாடீஸுக்குள்ளிருந்து நெடுங்காலம் வியர்வையில் ஊறிய புராதனமான காகிதத்தை எடுத்துக் கேசவன்நாயரிடம் கொடுத்தாள். அவன் அதைப் பிரித்து வெளிச்சத்தில் பிடித்தான். முன்பு எப்போதோ பார்த்த விலைமதிப்பில்லாத கடிதம். அவன் அதைப் படிக்கத் தொடங்கியபோது அவள் அவனுடைய கழுத்தைக் கைகளால் கட்டிக்கொண்டு முத்தமிட்டபடியே நின்றாள். பிறகு சொன்னாள்: 'வாழ்க்கை இளமைச் சூட்டுடனும், இதயம் காதலின் அழகுமணத்துடனும் இருக்கும் இந்தக் கிடைத்தற்கரிய காலகட்டத்தில் – சொன்னேனில்லையா – நாமே நம் காதல் கடிதம்.'

'அடியே பெண்பிள்ளாய், புரிஞ்சுது, உறைச்சுது. காது கேட்க விடு.'

'கேட்க விடமாட்டேன்.' அவள் அவனை இறுக அணைத்துக்கொண்டாள். அவனுடைய கழுத்திலும் மற்ற இடங்களிலும் முத்தமிட்டுக்கொண்டிருந்தாள். புகை வண்டி அதிஉற்சாகமான பலத்தபலத்த சீழ்க்கையொலி யுடன் பாய்ந்துகொண்டிருக்கிறது. சாராம்மா தன்னுடைய பாடீஸுக்குள்ளேயிருந்து எடுத்துக் கொடுத்த காகிதத்தைக் கேசவன்நாயர் சிரமப்பட்டு வாசித்தான்:

பிரியப்பட்ட சாராம்மா,

வாழ்க்கை இளமைச் சூட்டுடனும், இதயம் காதலின் அழகுமணத்துடனும் இருக்கும் இந்தக் கிடைத்தற்கரிய காலகட்டத்தை என் அன்புத் தோழியே எப்படிச் செலவிடுகிறாய்?

நானோ என் வாழ்க்கையின் ஒவ்வொரு நொடியையும் சாராம்மா மீதுள்ள காதலில் கழிக்கிறேன். சாராம்மா என்ன செய்கிறாய்?

ஆழமாக யோசித்து இனிமை நிறைந்த பதிலால் என்னை அனுக்கிரகிக்கும்படி வேண்டிக்கொண்டு

சாராம்மாவின்
கேசவன்நாயர்

மங்களம்!

சுபம்.

O

வைக்கம் முகம்மது பஷீர்

வாழ்க்கைக் குறிப்பு

கேரளத்தில், இன்றைய கோட்டயம் மாவட்டத்தின் பகுதியும் சுதந்திரத்துக்கு முந்தைய திருவிதாங்கூர் சமஸ்தானத்தின் பகுதியுமான வைக்கத்தைச் சேர்ந்த தலையோலைப்பறம்பில் *1908* ஜனவரி *21*ஆம் தேதி வைக்கம் முகம்மது பஷீர் பிறந்தார். தந்தை – கண்ணீத்ர வைப்பேல் காயி அப்து ரஹிமான். தாய் – பாலசேரி குஞ்ஞுதாச்சும்மா. குடும்பத்தின் மூத்த பிள்ளையாகப் பிறந்த பஷீருடன் பிறந்தவர்கள் ஐவர். மூன்று தம்பிகள் (அப்துல் காதர், ஹனிபா, அபு பக்கர்), இரண்டு தங்கைகள் (பாத்தும்மா, குஞ்ஞானும்மா). பெற்றோரும் குடும்ப உறுப்பினர்கள் அனைவரும் பின்னாளில் பஷீர் படைப்புகளில் கதைமாந்தர்களாக இடம் பெற்றார்கள்.

பஷீர் தனது ஆரம்பக் கல்வியைத் தொடங்கியதே எட்டு வயதில்தான். தலையோலைப் பறம்பு முகம்மதன் ஆரம்பப்

பள்ளியிலும் வைக்கம் ஆங்கிலப் பள்ளியிலும் பயின்றார். பஷீரின் கல்விப் பருவம் நிறைவடையும் தருணத்தில் அதுவரை செல்வாக்குப் பெற்றிருந்த காயி அப்து ரஹிமானின் மர வியாபாரம் வீழ்ச்சி அடைந்தது. குடும்பத்தை வறுமை பீடித்தது.

காந்தி வைக்கத்துக்கு 1925 மார்ச் எட்டு அன்று வருகை தந்தார். அவரைத் 'தொட்டுவிட்ட' பரவசத்தில் பதினேழு வயது பஷீர் அவருடைய சீடரானார். காந்தியவாதியானார். வைக்கம் போராட்டப் பந்தலுக்குச் சென்ற புரட்சிகர நடவடிக்கைக்காகப் பள்ளியிலிருந்து நீக்கப்பட்டார். பிற்காலத்தில் புகழ்பெற்ற படைப்பாக மாறிய 'பால்யகால சகி'க்கு ஆதாரமான 'பிள்ளைக் காதல்' தோல்வியை வெல்வதற்காக அரசியல் சமூகப் பணிகளில் தீவிரமாக ஈடுபட்டார். வீட்டைவிட்டு வெளியேறி ஐந்தாண்டுக் காலம் தலைமறைவு வாழ்க்கை மேற்கொண்டார். தலையோலைப்பறம்புக்குத் திரும்பிவந்தார். கோழிக்கோட்டில் நடந்த உப்பு சத்தியாகிரகத்தில் கலந்துகொள்ள மீண்டும் வீட்டைத் துறந்தார். சத்தியாகிரகத்தில் பங்கேற்று மூன்று ஆண்டுகள் சிறைத் தண்டனை விதிக்கப்பட்டுக் கண்ணூர் சிறைக்குச் சென்றார். காந்தி – இர்வின் ஒப்பந்தச் சலுகையில் தண்டனைக் காலம் முடியும் முன்பே விடுதலையானார். மறுபடியும் தலையோலைப்பறம்பு வாசம்.

இந்திய விடுதலைக்குப் பொருத்தமானது காந்தியின் மிதவாதமல்ல, பகத்சிங்கின் தீவிரவாதமே என்று பஷீர் நம்பினார். அதைச் செயல்படுத்த தீவிரவாத அமைப்பொன்றையும் உருவாக்கினார். கண்ணூர் சிறையில் சகக் கைதியாக இருந்த பி.ஏ. சைனுத்தீனின் உஜ்ஜீவனம் இதழில் தொடர்ந்து அனல் பறக்கும் கட்டுரைகளை எழுதினார். தீவிரவாதச் செயல்களிலும் ஈடுபட்டார். எர்ணாகுளம் காவல் நிலைய எரிப்பு வழக்கில் கைது செய்யப்படாமலிருக்க, திருவிதாங்கூர் சமஸ்தானத்தைவிட்டு வெளியேறினார். கண்ணூரில் தொடங்கிய பயணம்,

அநேகமாக எல்லா இந்திய நகரங்களையும், கப்பல் மார்க்கமாக அரபு ஆப்பிரிக்க நாடுகளையும், இந்தியாவின் அண்டை நாடுகளையும் கடந்து நீண்டது. மீண்டும் தலையோலைப்பறம்புக்கு வந்து சேர்ந்தார்.

எர்ணாகுளத்திலிருந்து வெளிவந்த சுதந்திரப் போராட்ட ஆதரவு இதழ்களில் அரசியல் கட்டுரைகள் எழுதினார் பஷீர். இலக்கிய முயற்சிகளிலும் ஈடுபட்டார். 1937இல் முற்போக்கு இலக்கியத்தின் முன்வடிவான 'ஜீவன்சாஹித்ய பிரஸ்தான' (வாழ்விலக்கிய இயக்கம்)த்துக்கு உருவம் கொடுத்தார். அடுத்த ஆண்டு 'தர்மராஜ்ஜியம்' என்ற முதல் புத்தகம் வெளியானது. அதே ஆண்டு பஷீரின் முதல் சிறுகதை 'என்டெ தங்கம்' வெளியானது. (பின்னர் கதையின் தலைப்பு 'தங்கம்' என்று மாற்றம் பெற்றது.) தொடர்ந்து பஷீரை கவனத்துக்குரிய எழுத்தாளராக முன்னிறுத்திய 'அம்மா' வெளியானது. 'தர்மராஜ்ஜியம்' நூலைத் திருவிதாங்கூரில் விற்கவும் வாசிக்கவும் திவான் சி.பி. ராமசாமி அய்யர் தடை விதித்தார். புத்தகம் பறிமுதல் செய்யப்பட்டது. 1940ஆம் ஆண்டு எர்ணாகுளத்தில் மலையாள விமர்சக முன்னோடியான எம்.பி. பாலின் தனிப்பயிற்சிக் கல்லூரியில் விடுதிக் காப்பாளர் பணியில் சேர்ந்து, இரண்டு ஆண்டுகள் பணிபுரிந்தார். பஷீரின் இலக்கிய வாழ்வின் தொடக்கம் அந்த நாட்கள். பால்ஸ் டியூட்டோரியல் கோட்டயத்துக்கு மாற்றப்பட்டபோது பஷீரும் உடன் வந்தார். அரசியல் கட்டுரைகளின் பேரில் 1942இல் கோட்டயம் காவல்துறைக் கொட்டடியிலும் பின்னர் கொல்லத்திலும் சிறை வைக்கப் பட்டார். விசாரணைக் கைதியாகவே நீண்ட நாட்கள் தன்னை அடைத்துவைத்திருப்பதை எதிர்த்து உண்ணாவிரதப் போராட்டம் நடத்தப்போவதாக அச்சுறுத்தி வழக்கை நீதிமன்ற விசாரணைக்குக் கொண்டு வந்தார். வழக்கில் இரண்டு ஆண்டு கடுந்தண்டனையும் ஆயிரம் ரூபாய் அபராதமும் விதிக்கப்பட்டன. அபராதம் கட்ட வழியில்லாததால் தண்டனை இரண்டரை ஆண்டுகளாக ஆனது. திருவனந்தபுரம் மத்தியச் சிறையில் அடைக்கப்பட்டார். முதல் நாவலான 'காதல்

கடித'த்தைச் சிறை வாழ்வில் எழுதினார். கெடு முடியும் முன்பே விடுதலை செய்யப்பட்டார்.

1944இல் தந்தை மறைந்தார். அதே ஆண்டு 'பால்யகால சகி' வெளிவந்தது. 1944 – 46ஆம் ஆண்டுகளில் பஷீர் திருச்சூரில் வாழ்ந்தார். முதல் காதல் மலர்ந்தது. எழுத்தாளர்களின் கூட்டுறவு அமைப்பான 'சாஹித்ய ப்ரவர்த்தக சஹகரண சங்கம்' தொடங்கியதில் பஷீரின் பங்களிப்பும் கணிசமானது. அதன் நிறுவன உறுப்பினர்களில் பதினான்காமவராக இருந்தார். திவான் சி.பி.யின் ராஜினாமாவுக்குப் பின்பு பத்திரிகைகள், புத்தகங்கள் மீதான திருவிதாங்கூர் அரசின் தடைகள் நீக்கப்பட்டன. காதல் நொறுங்கியது. பஷீர் ஊரை விட்டு வெளியேறினார். இரண்டாண்டு சென்னை வாசத்துக்குப் பிறகு எர்ணாகுளம் திரும்பிப் புத்தக விற்பனை யாளராக ஆனார். பின்னர் புத்தகக் கடைகள் ஆரம்பித்தார். மூன்று ஆண்டுகளுக்குள் இரண்டு புத்தகக் கடைகளை நடத்திப் பார்த்துத் தோல்வியடைந்தார். வியாபாரத்தில் தோல்வியடைந்தாலும் இலக்கிய நட்புகளைப் பெற்றார். முழு நேர எழுத்து வாழ்க்கையை மேற்கொண்டார். தனது சிறுகதையை அடிப்படையாகக் கொண்ட 'பார்கவி நிலையம்' படத்துக்குத் திரைக்கதை எழுதினார். எழுத்தில் தீவிரமாக ஈடுபட்டார்.

குடிப்பழக்கம் முற்றி 1954ஆம் ஆண்டு மனநோய்க்கு ஆளானார். அந்தக் காலத்தில்தான் 'பாத்தும்மாவின் ஆடு' நாவலை எழுதிமுடித்தார். ஒரு மாதத் தீவிர சிகிச்சைக்குப் பின்னர் நோய் நீங்கியது. ஐம்பதாம் வயதில் 1958ஆம் ஆண்டு டிசம்பர் 18 அன்று செறுவண்ணூரைச் சேர்ந்த பாத்திமாபீவியைத் திருமணம் செய்துகொண்டார். திருமணத்துக்குப் பின்னர் தலையோலைப்பறம்பிலிருந்து குடிபெயர்ந்து கோழிக்கோடு, பேப்பூரில் குடியேறினார். இரண்டு மக்கள் பிறந்தனர். மூத்தவர் பெண் – ஷாஹினா. இளையவர் ஆண் – அனீஸ்.

1930களின் இறுதியில் எழுதத் தொடங்கிய பஷீர் 1980களின் ஆரம்பக் காலம்வரை எழுதினார். ஏறத்தாழ அரை நூற்றாண்டுக் கால இலக்கிய வாழ்வில் அவர் எழுதிய அனைத்தும் வாசக விருப்பத்துக்குரியனவாக இருந்தன. அவருடைய நாலு வரிக் கடிதம்கூட இலக்கிய முக்கியத்துவம் பெற்ற படைப்பாகக் கருதப்பட்டது. அதற்கான அங்கீகாரங்கள் அவருடைய வாசலைத் தேடி வந்தன. பிற எழுத்தாளர்களுக்கு வழங்கப்பட்ட புகழ்பெற்ற இலக்கிய விருதுகள் எதுவும் பஷீருக்கு அளிக்கப்பட்ட தில்லை. மத்திய சாகித்திய அக்காதெமி விருதோ, மாநில சாகித்திய அக்காதெமி விருதோ வழங்கப்படவில்லை. ஆனால் இந்த அமைப்புகளின் *சிறப்புத் தகுதி (ஃபெலோஷிப்)* நீண்ட காலம் அவருக்கு அளிக்கப்பட்டது. 1972இல் சுதந்திரப் போராட்ட வீரருக்கான தாமிரப் பட்டயம் வழங்கப்பட்டது. 1980இல் பத்மஸ்ரீ விருதும் 1987இல் கோழிக்கோடு பல்கலைக் கழகத்தின் கௌரவ டாக்டர் பட்டமும் அளிக்கப்பட்டன.

1994 ஜூலை 5 அன்று கோழிக்கோடு பேப்பூரில் பஷீர் மறைந்தார்.

பஷீரின் காலச்சுவடு வெளியீடுகள்

பஷீர் கதைகள்
(தேர்ந்தெடுக்கப்பட்ட 40 கதைகள்)
தேர்வும் தொகுப்பும்: சுகுமாரன்
தமிழில்: குளச்சல் யூசுஃப்

மதில்கள்
(குறுநாவல்)
தமிழில்: சுகுமாரன்

பால்யகால சகி
(இந்திய கிளாசிக் நாவல்)
தமிழில்: குளச்சல் யூசுஃப்

பாத்துமாவின் ஆடு
(நவீன இந்திய கிளாசிக் வரிசை நாவல்)
தமிழில்: குளச்சல் யூசுஃப்

ஆனைவாரியும் பொன்குருசும்
(குறுநாவல்)
தமிழில்: குளச்சல் யூசுஃப்

எங்க உப்பப்பாவுக்கொரு ஆனையிருந்தது
(நவீன இந்திய கிளாசிக் வரிசை நாவல்)
தமிழில்: குளச்சல் யூசுஃப்

சப்தங்கள்
(மலையாள குறுநாவல்கள்)
தமிழில்: குளச்சல் யூசுஃப்

உண்மையும் பொய்யும்
(கேள்வி-பதில்)
தமிழில்: குளச்சல் யூசுஃப்

பஷீர் நாவல்கள்
(முழுத் தொகுப்பு)
தமிழில்: குளச்சல் யூசுஃப், சுகுமாரன்